പി.എം. ദിവാകരൻ

പാലക്കാട് ജില്ലയിലെ പട്ടാമ്പി താലൂക്കിൽ മുളയൻകാവിലെ പരിയാനംപറ്റയിൽ ജനനം. മാരായമംഗലം ഗവ: ഹൈസ്കൂൾ, പട്ടാമ്പി ഗവ: കോളേജ് എന്നിവിടങ്ങളിൽ വിദ്യാഭ്യാസം. നേരിൽ അറിയാവുന്നത്, ഇങ്ങനെയും ചിലത് (കഥാസമാഹാരങ്ങൾ), തിങ്കളും താരങ്ങളും (കുട്ടികൾക്കുള്ള നോവൽ), പരിയാനം പറ്റ (ജീവചരിത്രം), കമ്മുമാഷ്ടെ ജീവിതം, എഴുതാതെ പോയ ഒരാത്മകഥ (നോവൽ) എന്നിവയുടെ രചയിതാവ്.

ഭാര്യ: പ്രഭ. പി.ആർ., മക്കൾ : പി.എം. രാകേഷ്, രാഹുൽ ദിവാകരൻ.

വിലാസം : പരിയാനംപറ്റ, മുളയംകാവ്, കുലുക്കല്ലൂ - 679337

മൊബൈൽ : 9847692036

ഇമെയിൽ : pmdivakaran1956@gmail.com

Malayalam Language
Appukkili
(Children Literature)
by
P M Divakaran

♦

Published in August 2014
Third Impression December 2020
by Kairali Books Private Limited
Thalikkavu Road, Kannur.
Ph : 0497 2761200
E-Mail : kairalibooksknr@gmail.com

♦

Cover & Illustration
Venki

♦

Price ₹ : 160.00
06/15-16/Sl.No.627/POD250/NS 18.6
ISBN.978-93-84169-35-0

അപ്പുക്കിളി

പി.എം. ദിവാകരൻ

കൈരളി ബുക്സ്

അധ്യായം ഒന്ന്

കണക്കു ടീച്ചർ ലീവായതുകൊണ്ട് അന്ന് പകരം വന്നത് ബാലുമാഷായിരുന്നു. മെലിഞ്ഞ്, അധികം ഉയരമില്ലാത്ത, ചുരുണ്ട മുടിയുള്ള, ബാലുമാഷ്. നടക്കുമ്പോൾ സ്പ്രിങ്ങുപോലെ മാഷുടെ തലമുടി ഇളകിക്കളിക്കും. കുട്ടികൾക്ക് വലിയ ഇഷ്ടമാണ് മാഷെ. മാഷക്ക് ധാരാളം കഥകളറിയാം. ഇത്തരം സന്ദർഭങ്ങളിൽ മാഷത് കുട്ടികൾക്ക് പറഞ്ഞുകൊടുക്കുകയും ചെയ്യും. ബാലുമാഷ് കഥപറയുന്നത് കേട്ടിരിക്കാൻ ഒരു പ്രത്യേക സുഖമുണ്ട്. അതുകൊണ്ട് അന്ന് മാഷ് ക്ലാസിൽ വന്നത് കുട്ടികൾക്ക് ആവേശമായി.

കുട്ടികളോട് ഇരിക്കാൻ ആംഗ്യം കാട്ടി കയ്യിലിരുന്ന പുസ്തകം

മാഷ് മേശപ്പുറത്തു വെച്ചതേയുള്ളൂ. കുട്ടികൾ ആർത്തിയോടെ ആവശ്യപ്പെടാൻ തുടങ്ങി.

"മാഷേ, ഒരു കഥ... ഒരു കഥ..."

മേശപ്പുറത്തുവച്ച പുസ്തകത്തിന്റെ പുറംചട്ട കുട്ടികൾക്കു നേരെ ഉയർത്തിപ്പിടിക്കുന്നതിനിടെ മാഷ് ചോദിച്ചു.

"നിങ്ങളാരെങ്കിലും ഈ പുസ്തകത്തെപ്പറ്റി കേട്ടിട്ടുണ്ടോ?"

മാഷ് ഉയർത്തിപ്പിടിച്ച പുസ്തകത്തിന്റെ പുറംചട്ടയിലേക്ക് കുട്ടികളുടെ ശ്രദ്ധ തിരിഞ്ഞു. അതിലച്ചടിച്ച പുസ്തകത്തിന്റെ പേര് കുട്ടികൾ വായിക്കാൻ തുടങ്ങി. ഓരോരോ വാക്കുകളായി പെറുക്കിവായിക്കാനാരംഭിച്ച അവരുടെ വായനയവസാനിക്കാറായപ്പോഴേക്കും ഒറ്റ ശബ്ദമായി ഉയർന്നു.

"ഖസാക്കിന്റെ ഇതിഹാസം".

അവർ ഉച്ചത്തിൽ വിളിച്ചുകൂവി.

"അതെ. വലിയൊരു എഴുത്തുകാരനായ ഒ.വി. വിജയനെഴുതിയ പുസ്തകമാണിത്. ഇതിലെ ഒരു കുട്ടിയെ ഞാൻ നിങ്ങൾക്ക് പരിചയപ്പെടുത്തിത്തരാം. ബഹളമുണ്ടാക്കാതെ എല്ലാവരും ശ്രദ്ധിച്ചിരിക്കണം".

ക്ലാസ് നിശ്ശബ്ദമായി. നിരവധി കുഞ്ഞിക്കണ്ണുകൾ ആകാംക്ഷയോടെ തന്നെത്തന്നെ നോക്കിയിരിക്കുന്നത് ബാലുമാഷ് കണ്ടു. അയാൾ ചുണ്ടു പിളർത്തുന്നതും കഥയൊളിച്ചിരിക്കുന്ന വാക്കുകൾ ഉതിർന്നു വീഴുന്നതും കാത്തിരിക്കുകയായിരുന്നു അവർ.

"അപ്പുക്കിളി..."

മാഷ് പറഞ്ഞതേയുള്ളൂ.

"അപ്പുക്കിളി... അപ്പുക്കിളി..." കേൾക്കാത്തതൊന്നു കേട്ടതിലെ കൗതുകത്തോടെ അവരാ പേര് ഉച്ചരിക്കാൻ തുടങ്ങി. അന്നുവരെ കേട്ട കഥകളിൽ നിന്ന് വ്യത്യസ്തമായൊരു ചിത്രം തങ്ങളുടെ ഭാവനയിൽ തെളിയുന്നത് അവരറിഞ്ഞു.

"അപ്പുക്കിളി"യെ പരിചയപ്പെടുത്തി മാഷ് പറഞ്ഞ വാക്കുകൾ അവരെ രസിപ്പിച്ചു.

അഞ്ച് അമ്മമാരുടെ മകനായാണ് അപ്പുക്കിളി പിറന്നത്.

കയ്യിലിരുന്ന പുസ്തകത്തിൽ അപ്പുക്കിളിയെ സ്പർശിക്കുന്ന ഭാഗം ബാലുമാഷ് വായിക്കാൻ തുടങ്ങി.

നാച്ചിയും കോച്ചിയും പാച്ചിയും കാളിയും നീലിയും ഏടത്തി അനിയത്തിമാരായിരുന്നു. ആദ്യത്തെ നാലുപേർക്കും കെട്ടിയവന്മാരുണ്ടായിരുന്നു. എന്നിട്ടും അവർ പെറ്റില്ല. പതിനാറുകാരിയായ നീലി നല്ലൊരാൺകുട്ടിയെ പെറുകയും ചെയ്തു...

കുട്ടിക്ക് കാളിയും നാലിയും കൂടി അപ്പു എന്നു പേരിട്ടു.

കെട്ടിയവന്മാരുള്ള നാലേടത്തിമാരും പിന്നെയും പെറ്റില്ല. ഏടത്തിമാർ പാലില്ലാത്ത മുലമൊട്ടുകൾ അപ്പുവിന്റെ കുഞ്ഞിച്ചുണ്ടിലമർത്തി തൃപ്തിപ്പെട്ടു. അങ്ങനെ അവർ അവനെ മകനാക്കി. അഞ്ച് അമ്മമാരും ചേർന്ന് അവനെ താലോലിച്ചു.

അവൻ നടക്കാൻ തുടങ്ങിയപ്പോൾ, കൊഞ്ചാൻ തുടങ്ങിയപ്പോൾ അമ്മമാർക്ക് സഹിച്ചില്ല.

"നങ്ങണ്ടെ ക്ളിയാണേ..." അവർ പറഞ്ഞു.

അങ്ങനെയാണ് അപ്പു കിളിയായത്.

"മാമ് വേണടാ, അപ്പുക്ക്ളിയേ..." ഒന്നാമത്തെ അമ്മ ചോദിക്കും.

"മാണ്ടാ"

"കീച്ചി"

വറുത്ത ഇറച്ചി നാരുനാരായി ചീന്തിയെടുത്ത് അവന്റെ ചുണ്ടത്തുവെച്ചുകൊണ്ട് രണ്ടാമത്തെ അമ്മ അവനെ മടിയിലിരുത്തും. മൂന്നാമത്തവൾ അവനെ തട്ടിപ്പറിക്കും.

"പോടീ, എന്റെ ക്ളി മകന് കീച്ചി മാണ്ടാ. വീണച്ചക്കര തരട്ടടാ അപ്പുക്കിളിയേ"

അവൾ അവന്റെ ചുണ്ടിൽ ചക്കരപ്പാവു പുരട്ടിക്കൊടുക്കും. കുതിരക്കുഞ്ഞിനെപ്പോലെ ഇരിക്കുന്ന ആ ഇരിപ്പിൽ മധുരപ്രിയനായ അപ്പുക്കിളി ഗർജിക്കും. "ഞ്ഞും താതീ"

നാലാമത്തെ അമ്മയുടെ മടിയിലിരുന്ന് "കൂമനാടു'മ്പോഴാണ് നീലി മകനെ തന്റെ മടിയിലേക്ക് വിളിക്കുക. പൊന്നമ്മയല്ലേ,

ഒരു പരുക്കൻ ചിരിയോടെ അപ്പുക്കിളി നീലിയുടെ മടിയിലേക്കു ചായും.

പുസ്തകത്തിൽനിന്നും കണ്ണുകളുയർത്തി മാഷ് കുട്ടികളെ നോക്കി. അവർ നിശ്ശബ്ദരായി മാഷുടെ വാക്കുകൾ സശ്രദ്ധം കേട്ടുകൊണ്ടിരിക്കുകയായിരുന്നു. ഇത്തരത്തിലൊന്ന് അവർ കേൾക്കുന്നത് ആദ്യമായിട്ടാണല്ലോ. അപ്പുക്കിളി. ആ പേര് അവരെ ആകർഷിച്ചു. ബാലുമാഷ് വായിച്ചുകൊടുത്ത വരികളി ലൂടെ അപ്പുക്കിളിയെക്കുറിച്ചവർ ചിന്തിച്ചു. എങ്ങനെയായിരിക്കും അവന്റെ രൂപം. അറിയാനുള്ള താൽപര്യത്തോടെ അവർ മാഷെ ശ്രദ്ധിച്ചിരുന്നു.

തുടർന്നും കേൾക്കാനുള്ള കുട്ടികളുടെ ആവേശം ബാലു മാഷെ സന്തോഷിപ്പിച്ചു. പുസ്തകത്തിലേക്ക് കണ്ണുകളാഴ്ത്തി മാഷ് വായന തുടർന്നു.

അപ്പുക്കിളി വളർന്നു. കയ്യിനും കാലിനും ഒരം വച്ചു. പക്ഷെ, അവൻ കുട്ടികളുടെ കൊച്ചുഭാഷയിൽ സംസാരിച്ചു.

പത്താമത്തെ വയസ്സിൽ അവന്റെ വളർച്ച നിലച്ചു. ഉടലും തലയും മാത്രം വളർന്നു വലുതാവാൻ തുടങ്ങി. കയ്യും കാലും മുരടിച്ചു.

കോച്ചിയും നാച്ചിയും പാച്ചിയും കാളിയും പറഞ്ഞു.

“നങ്ങണ്ടെ, രാശകുമാരിയാണേ. പഞ്ചപറണക്ക്ളിയാണേ...”

അപ്പുക്കിളിയെക്കുറിച്ച് വിവരിക്കാൻ തുടങ്ങിയതോടെ ക്ലാസിൽ വീണ്ടും ചില കുശുകുശുക്കലുകൾ ഉയരാൻ തുടങ്ങി.

അമർത്തിപ്പിടിച്ച ചിരികൾ പൊട്ടിത്തുടങ്ങി. അന്തരീക്ഷത്തിന് പൊടുന്നനവെ ഒരു മാറ്റം.

ബാലുമാഷ് അതു ശ്രദ്ധിച്ചിരുന്നു. മാഷ് വായന നിർത്തി കുട്ടികളെ നോക്കി.

“എന്താ... എന്താണ്ടായ്യേ്യ?”

വായനയുടെ രസച്ചരട് മുറിയാനുണ്ടായ കാരണമെന്താണ്? മാഷ് ചോദിച്ചതിനു മറുപടി കൂട്ടത്തോടെയായിരുന്നു.

“സാർ... നമ്മുടെ ക്ലാസിലും ഉണ്ടൊരപ്പുക്കിളി... ദാ ബടെ...”

കഥയിലെ അപ്പുക്കിളിയെ കുട്ടികൾ കണ്ടെത്തിയിരിക്കുകയാണ്. തൊട്ടടുത്ത്. അതിന്റെ ആവേശം അവർക്കൊതുക്കാനാവുന്നുണ്ടായിരുന്നില്ല.

"മിണ്ടാതിരിക്കാൻ"

ബഹളം നിയന്ത്രിച്ച ബാലുമാഷ്ടെ മുമ്പിലേക്ക് ഒരുത്തനെ തള്ളിക്കൊണ്ട് അപ്പോൾ ഒരുപറ്റം കുട്ടികൾ അടുക്കുകയായിരുന്നു.

"ദാ സാർ... സാറു പറഞ്ഞ ക്ളി പോലെ ഒന്ന്... ഇപ്പോ ഞങ്ങ്ടെ ക്ളി".

അതോടെ കുട്ടികൾ ആകെ ഇളകിമറിഞ്ഞു. എല്ലായിടത്തു നിന്നും ഉയർന്നുകേട്ടത് ഒരേയൊരു ശബ്ദം മാത്രം...

അപ്പുക്ക്ളി

തനിക്കുമുമ്പിൽ എത്തിക്കപ്പെട്ട കുട്ടിയെ അപ്പോഴാണ് ബാലുമാഷ് ശ്രദ്ധിച്ചത്.

കുട്ടികൾ കണ്ടെത്തിയത് വാസ്തവംതന്നെ. താൻ ഭാവനയിൽ കാണാറുണ്ടായവനും നോവലിലെ അപ്പുക്കിളിക്കും ഏതാണ്ടിതേ ഛായയാണല്ലോ എന്ന് അപ്പോൾ ബാലുമാഷും വിചാരിച്ചു.

വളർച്ച നിലച്ച ശരീരം, മുരടിച്ച കയ്യും കാലും... പച്ചത്തുമ്പിയെ നൂലിൽ കെട്ടിപ്പറപ്പിച്ചുകൊണ്ട് കുട്ടികളുടെ നടുവിൽനിൽക്കുന്ന, കുട്ടിയോ മുതിർന്നവനോ എന്ന് നിർണയിക്കാൻ വയ്യാത്ത ആ കുള്ളനായ കുതിരത്തലയനിതാ തന്റെ മുന്നിൽ...

കുട്ടികൾ അപ്പോഴും ബഹളം വെക്കുന്നുണ്ടായിരുന്നു. അവർ അവരുടെ കിളിയെ തൊട്ടും തലോടിയും ഓരോന്നോരോന്നു പറഞ്ഞുകൊണ്ടിരുന്നു. എന്നാൽ അവൻ ഇതൊന്നുമറിയാതെ എന്തോ ആലോചിക്കുകയായിരുന്നു.

അവനും ആലോചിച്ചുകൊണ്ടിരുന്നത് അപ്പുക്കിളിയെക്കുറിച്ചുതന്നെയായിരുന്നു. അപ്പുക്കിളിയുടെ അമ്മമാരെക്കുറിച്ചായിരുന്നു. കിളി എന്തു ഭാഗ്യവാനാണ്? ഓർക്കുന്തോറും അവന്റെ

കണ്ണുകൾ നിറഞ്ഞു. അവൻ അവന്റെ അമ്മയെ കുറിച്ചുള്ള ഓർമ കളിൽ നനഞ്ഞു.

അവന്റെ കണ്ണുകൾ നിറയുന്നത് ബാലുമാഷും ശ്രദ്ധിച്ചു. എന്തിനാണവൻ കരയുന്നത്? ഓർത്തപ്പോൾ തന്റെ മനസ്സിൽ വേദനിപ്പിക്കുന്ന ഒരു വിചാരം വളരാൻ തുടങ്ങുന്നത് മാഷ് അറി ഞ്ഞു. തന്റെ മുന്നിൽ നിൽക്കുന്ന ഈ കുട്ടിയെ അപ്പുക്കിളിയാ ക്കിമാറ്റിയത് താനാണല്ലോ എന്നോർത്ത് മാഷ് വേദനിച്ചു.

വേണ്ടായിരുന്നു. അപ്പുക്കിളിയെ പരിചയപ്പെടുത്തണ്ടായിരു ന്നു. അല്ലെങ്കിൽ വായിച്ചുകൊടുക്കുന്നതിനുമുൻപെ ക്ലാസിലെ കുട്ടികളെ ശ്രദ്ധിക്കേണ്ടതായിരുന്നു. ഉള്ളിൽ കുറ്റബോധം കന ക്കാൻ തുടങ്ങുന്നത് ബാലുമാഷ് അറിഞ്ഞു.

“എന്താ നെന്റെ പേര്...?”

“കണ്ണൻ”

മറുപടി പറഞ്ഞത് ക്ലാസിലെ കുട്ടികളായിരുന്നു.

കണ്ണൻ... പതിഞ്ഞ ശബ്ദത്തിൽ ആ പേര് ഉരുവിട്ട് അവനോട് വീണ്ടും സംസാരിക്കാൻ ബാലുമാഷ് ആഗ്രഹിച്ചപ്പോഴേക്കും ബെല്ലടിച്ചു.

അധ്യായം രണ്ട്

അങ്ങനെയാണ് കണ്ണൻ അപ്പുക്കിളിയായത്.

ബാലുമാഷ് വായിച്ചതൊന്നും അവനു മനസ്സിലായില്ല. കുട്ടികൾ തന്നെ പൊതിഞ്ഞതും 'അപ്പുക്കിളി'യേ എന്നു വിളിക്കാൻ തുടങ്ങിയതും മാഷ് ആ കഥ വായിച്ചതിനു ശേഷമാണ് എന്നു മാത്രം അവനറിഞ്ഞു. ബാലുമാഷ് വായിച്ചുകൊടുത്തപ്പോൾ അവന്റെ മനസ്സിൽ തടഞ്ഞത്, അപ്പുക്കിളിയുടെ അമ്മമാരായിരുന്നു. ഒപ്പം അമ്മയെക്കുറിച്ചുള്ള വിചാരങ്ങളും...

പക്ഷെ, തന്നെപ്പോലെ തീറ്റക്കൊതിയനാണ് അപ്പുക്കിളിയും എന്നത് അവനെ രസിപ്പിച്ചു. കിളിയുടെ അമ്മമാർ അവന് ഭക്ഷണം കൊടുക്കുന്നത് ബാലുമാഷ് വായിക്കുന്നത് കേട്ടപ്പോൾ കണ്ണൻ കോരിത്തരിക്കുകയായിരുന്നു. അമ്മമാരായാൽ ഇങ്ങനെ വേണം!

ബാലുമാഷ്ടെ മുമ്പിലേക്ക് കുട്ടികൾ തള്ളിക്കൊണ്ടു പോവുമ്പോഴും ചുറ്റിലും നിന്ന് 'അപ്പുക്കിളിയേ' എന്നു കൂവിയാർക്കുമ്പോഴും അവനൊരു വിഷമവും തോന്നിയില്ല. താൻ മോശക്കാരനല്ല. അതോടെ അമ്മയെക്കുറിച്ചോർത്ത് മനസ്സിലുരുകാൻ തുടങ്ങിയ വേദന നേർക്കാൻ തുടങ്ങുകയും ചെയ്തു. അപ്പുക്കിളിയുടെ അമ്മമാരെപ്പോലെ, വേണ്ടെന്നു പറഞ്ഞാലും തന്നെ നിർബന്ധിച്ച് തനിക്കേറ്റവും ഇഷ്ടപ്പെട്ട മുട്ടപ്പൊരിയലും ഇറച്ചി വറുത്തതും മതിയാവോളം തന്നിരുന്ന അമ്മയെ ഒരിക്കലുമിനി കാണാനാവില്ലല്ലോ എന്ന വിചാരം മാത്രം അപ്പോഴും അവന്റെ മനസ്സിൽ കരിപിടിച്ചു കിടന്നു.

എങ്കിലും കണ്ണൻ നിത്യവും അമ്മയെ കാണാറുണ്ട്. അമ്മ എല്ലാ ദിവസവും കണ്ണനോടു സംസാരിക്കാറുണ്ട്. അവനെ ഉപദേശിക്കുകയും ചിലപ്പോഴൊക്കെ ശാസിക്കുകയും ചെയ്യാറുണ്ട്. എന്നും കാലത്ത് ഭഗവതിയെ തൊഴുതു പ്രാർഥിച്ചു നിൽക്കുമ്പോൾ വിഗ്രഹത്തിനിരുവശവും ജ്വലിച്ചു കത്തുന്ന വിളക്കുകൾക്കിടയിൽനിന്നും തലനീട്ടി അമ്മ അവനെ നോക്കി പുഞ്ചിരിക്കും. വാത്സല്യത്തോടെ, ചീത്തത്തങ്ങൾ ചെയ്യരുതെന്ന ഉപദേശങ്ങളോടെ തന്നെ അനുഗ്രഹിച്ച അമ്മയെ അന്നു കാലത്തും കണ്ണൻ കണ്ടിരുന്നതാണല്ലോ.

നാളെയാവട്ടെ, ഭഗവതിയെ തൊഴുതുനിൽക്കുമ്പോൾ തനിക്കു മുമ്പിൽ വരാറുള്ള അമ്മയോടു പറയണം. ഇവിടെ കണ്ണനൊറ്റക്കല്ല. കണ്ണനെപ്പോലെ ഇനിയും കുട്ടികളുണ്ട്. 'അപ്പുക്കിളി'യെപ്പറ്റി അമ്മയോടു പറയാൻ അവനു തിടുക്കമായി. അപ്പുക്കിളിയുടെ അമ്മമാരും തന്റെ അമ്മയെപ്പോലെ സ്നേഹമുള്ളവരായിരുന്നു എന്നറിയുമ്പോൾ അമ്മ സന്തോഷിക്കാതിരിക്കി

ല്ല. നാളെയാവട്ടെ, കണ്ണൻ മനസ്സിലോർത്തു.

കണ്ണൻ എന്നും രാവിലെ നാലുമണിക്ക് എഴുന്നേൽക്കും. പായ ചുരുട്ടി ചുമരിനരികിൽ ഒതുക്കിവയ്ക്കുമ്പോഴും ഉമ്മറത്തുനിന്നും വല്യമ്മയുടെ കൂർക്കംവലി കേൾക്കാം. വായ പൊളിച്ച്, കൂർക്കം വലിയുടെ താളംപോലെ തല വലത്തോട്ടും ഇടത്തോട്ടും ഇട ക്കിടെ ആട്ടി ഉറങ്ങിക്കിടക്കുന്ന അവരെ നോക്കിനിൽക്കാൻ കണ്ണന് ഇഷ്ടമാണ്. മുറ്റത്തുനിന്നും പടർന്നുകയറിയ കലങ്ങിയ നാട്ടുവെളിച്ചത്തിൽ വ്യക്തമാവുന്ന വല്യമ്മയുടെ രൂപത്തിലേക്ക് കണ്ണുനട്ട് അവനങ്ങനെ കുറച്ചുനേരം നിൽക്കും. അപ്പോൾ മന സ്സിൽ പടരുക വല്യമ്മയെക്കുറിച്ചുള്ള വിചാരങ്ങളാവും.

വലിയമ്മ അവന്റെ ആരുമല്ല. അമ്മയുടെ പഴയൊരു പരിചയ ക്കാരി മാത്രമാണവർ. അച്ഛനും അമ്മയും ജീവിച്ചിരുന്ന കാലത്തേ അവരിങ്ങനെ ദിവസങ്ങളോളം കണ്ണന്റെ വീട്ടിൽ പാർക്കാനെത്താറുണ്ടത്രെ. ഒരിടത്തും സ്ഥിരമായി താമസിക്കുന്ന ശീലക്കാരിയല്ല അവർ. പരിചയക്കാരുടെ വീടുകളിൽ നാലും അഞ്ചും ദിവസം മാറിമാറി താമസിച്ചും അമ്പലങ്ങളിൽ ഭജന യിരുന്നും അവരധികം ദിവസങ്ങളിലും സർക്കീട്ടിലാവും. തിരി ച്ചെത്തിയാൽ ഒന്നുരണ്ടുമാസം പിന്നെ എവിടേക്കും പോവില്ല. അമ്മയോടൊപ്പമാവും. അവരിടക്കിടെ ഇങ്ങനെ വന്നു താമസി ച്ചിരുന്നത് അമ്മയ്ക്കും വല്ല്യേ ഇഷ്ടമായിരുന്നത്രേ. അമ്മയ്ക്ക് സ്വന്തം വീട്ടുകാരെക്കുറിച്ചും, പിറന്നുവീണ നാടിനെക്കുറിച്ചും ഒക്കെയുള്ള ഓർമകളെ താലോലിക്കുവാനുള്ള വർത്തമാനങ്ങൾ പലതും വല്യമ്മയ്ക്ക് കൈമാറാനുണ്ടാവുമത്രെ.

അമ്മയും അച്ഛനും ഇല്ലാതായപ്പോഴും വല്യമ്മ കണ്ണനെ ഉപേ ക്ഷിച്ചില്ല. പതിവുപോലെ യാത്രകൾക്കിടയിലെ ഇടവേളപോലെ അവർ അവനൊപ്പം താമസിച്ചു. അവരുടെ യാത്രകൾ പലതും തുടങ്ങുന്നതും അവസാനിക്കുന്നതും കണ്ണന്റെ വീട്ടിൽനിന്നാ ണ്. ഒപ്പം താമസിക്കുന്ന ദിവസങ്ങളിൽ വീട് വല്യമ്മയുടെ നിയ ന്ത്രണത്തിലാവും. എല്ലാ കാര്യങ്ങളും അന്വേഷിക്കുന്നതും ചെയ്യു ന്നതും അവരാവും. വല്യമ്മ വീട്ടിലുണ്ടാവുന്നത് അതുകൊണ്ട്

കണ്ണനും ഇഷ്ടമാണ്. മിക്ക ദിവസങ്ങളിലും രാത്രിയിലും രാവിലെയും വയറുനിറച്ച് കഴിക്കാനാവുന്നത് അവരവിടെ പാർക്കാനെത്തിയതുകൊണ്ടാണല്ലോ.

ഒരുപാട് നാട്ടുവിശേഷങ്ങൾ പറയാനുണ്ടാവും വല്യമ്മക്ക്. താൻ പോയ സ്ഥലങ്ങളെക്കുറിച്ചും പരിചയപ്പെട്ട ആളുകളെക്കുറിച്ചും താമസിച്ച വീടുകളിലെ സൗകര്യങ്ങളെക്കുറിച്ചും ഒക്കെ വിസ്തരിച്ചു പറയാൻ അവർക്കുൽസാഹമാണ്. അതു കേട്ടിരിക്കാൻ കണ്ണനും. പറഞ്ഞതുതന്നെയാവും വല്യമ്മ പലപ്പോഴും പറയുക. എന്നാലും കണ്ണന് മടുപ്പു തോന്നാറില്ല. ആ വർത്തമാനങ്ങളിലലിഞ്ഞ് ചടഞ്ഞുകൂടിയിരിക്കും കണ്ണൻ.

യാത്ര കഴിഞ്ഞ് വീട്ടിലെത്തുന്ന വല്യമ്മ വെറുംകൈയോടെയാവില്ല വരിക. വീടുകളിൽനിന്നും ചോദിച്ചുവാങ്ങിയ കുപ്പായങ്ങളും വഴിവക്കത്തുനിന്നും വാങ്ങിയ പലഹാരങ്ങളും ഓരോ വരവിലും അവർ കണ്ണനായി കരുതിവയ്ക്കും.

ഇത്തവണ വല്യമ്മ കൊണ്ടുവന്നത് കുറേ അപ്പമാണ്. എന്തൊരു സ്വാദായിരുന്നു അതിന്! ആർത്തിയോടെ തിന്നാൻ തുടങ്ങിയ കണ്ണനെ നോക്കി അവർ പറഞ്ഞു.

"തിന്നോ... വെക്കണേടത്തോളം തിന്നോ, ഈശ്വരാംഗലത്തെ ഗണോദിയ്ക്കു നേദിച്ചതാ... അവ്ട്ത്തെ അപ്പം കേമാണേയ്. ഒരു പ്രത്യേക സ്വാദാ..."

വല്യമ്മയെത്തന്നെ നോക്കിനിൽക്കുകയായിരുന്നു കണ്ണൻ. അങ്ങനെ നോക്കിനിന്നപ്പോൾ ഓരോന്നോർത്തുപോയി. വളരെ നാളത്തെ ഊരുചുറ്റലിനുശേഷം വന്നിരിക്കയാണ്. അതുകൊണ്ട് വല്യമ്മയെ ശല്യപ്പെടുത്തണ്ട. ഉറങ്ങിക്കോട്ടേ.

ഉമ്മറവാതിൽ ശബ്ദമുണ്ടാക്കാതെ ചാരി, വല്യമ്മയ്ക്കരികിലൂടെ കണ്ണൻ മുറ്റത്തേക്കിറങ്ങി.

നിലാവെളിച്ചം ഒട്ടുമില്ലായിരുന്നു. എന്നാലും ഇരുട്ടിന്റെ കറുപ്പിനിത്തിരി കുറവുണ്ട്. തട്ടിത്തടയാതെ നടക്കാൻ പാകത്തിൽ വഴി വ്യക്തമാകുന്നുണ്ട്. മഞ്ഞിന്റെ തണുപ്പിനെ കൂസാതെ, പാടവരമ്പിലൂടെ അനായാസം അവൻ നടന്നു. പരിചയംകൊണ്ട് ആ

വരമ്പിലൂടെ ഏത് ഇരുട്ടിലും മഴയിലും ഒരു ബുദ്ധിമുട്ടും കൂടാതെ നടക്കാമെന്നായിട്ടുണ്ട് അവനിപ്പോൾ. വരമ്പവസാനിക്കുന്നത് തോട്ടിലെ കുളിക്കടവിലേക്കാണല്ലോ. കുളിച്ച് ശുദ്ധനായി അവൻ നേരെ പോവുക മുളയങ്കാവ് ക്ഷേത്രത്തിലേക്കാവും. കാവിലമ്മ യുടെ വിളക്കുകണ്ടേ കണ്ണന് ദിവസം തുടങ്ങൂ...

വെള്ളത്തിനു തണുപ്പുണ്ടായിരുന്നു. മുങ്ങിത്തുവർത്തി നിൽക്കുമ്പോൾ കണ്ണൻ കേട്ടു, നിത്യവും കാവിൽനിന്നും കേൾക്കാറുള്ള കീർത്തനങ്ങൾ...

ഇന്നു താൻ വൈകിയല്ലോ... കണ്ണൻ വിചാരിച്ചു. എന്നും കണ്ണൻ നടയിലെത്തുമ്പോഴേ പാട്ടുവെക്കാനാരംഭിക്കൂ.

ധൃതിപിടിച്ച് തോർത്തി കരക്കു കയറുമ്പോൾ ശരീരത്തിലെ വിറയോടൊപ്പം ശബ്ദമില്ലാതെ കണ്ണൻ പ്രാർഥിക്കുന്നുമുണ്ടായിരുന്നു.

അമ്മേ... മുളയങ്കാവിലമ്മേ... രക്ഷിക്കണേ...

അധ്യായം മൂന്ന്

ശക്തിസ്വരൂപിണിയാണ് മുളയങ്കാവിലമ്മ. ദാരികനെ വധിച്ച് കയ്യിൽ അറുത്തെടുത്ത തലയും കണ്ണുകളിൽ രൗദ്രഭാവവുമുള്ള ഭദ്രകാളി തന്നെയാണ് മുളയങ്കാവിലമ്മയും. വിവസ്ത്രയായി കുന്തിച്ചിരിക്കുന്ന ഭഗവതി ക്ഷിപ്രപ്രസാദിയും ക്ഷിപ്രകോപിയുമാണത്രേ.

ഭഗവതിയുടെ കോപത്തെക്കുറിച്ച് ഒരിക്കൽ കണ്ണന് അവന്റെ അമ്മ പറഞ്ഞുകൊടുത്തു.

വളരെ കൊല്ലങ്ങൾക്കു മുമ്പാണത്രെ. ഒരു ആന മദംപൊട്ടി ഗ്രാമത്തിലൂടെ പാഞ്ഞുനടന്നു. കണ്ണിൽ കണ്ടതൊക്കെ നശിപ്പിച്ചും ആളുകളെ ആട്ടിയോടിച്ചു പേടിപ്പിച്ചും അത് യാതൊന്നിനെയും വകവെക്കാതെ ഭ്രാന്തുകാട്ടി നടന്നു.

അങ്ങനെ നടക്കുന്നതിനിടയിലാണ് മുളങ്കൂട്ടങ്ങൾ തിങ്ങിനിറഞ്ഞ ഒരു വലിയ പറമ്പും അതിന്റെ നടുവിലൊരു ചെറിയ കാവും അതിന്റെ ശ്രദ്ധയിൽ പെട്ടത്. ഒരു ഊക്കൻ കൊലവിളിയുമായി അത് ആ കാവിനു നേരെ പാഞ്ഞടുത്തു.

വടക്കോട്ട് തിരിഞ്ഞ് ഇരുന്ന ഭഗവതി ചിന്നം വിളിച്ച് പാഞ്ഞടുക്കുന്ന മദയാനയെ കണ്ടു. അതു തന്റെ നേരെയാണെന്നറിഞ്ഞ ഭഗവതി അതിന്റെ വരവു കണ്ടു ഭയപ്പെട്ടു. ഭഗവതിപോലും നടുങ്ങിപ്പോയി. പേടിച്ചരണ്ട ദേവി വടക്കുഭാഗത്തുനിന്നും തിരിഞ്ഞ് പടിഞ്ഞാട്ടേക്ക് മുഖം തിരിച്ചുവത്രേ.

ആ മദയാനയാവട്ടെ, കാവിനു ചുറ്റും ചിന്നംവിളിച്ചു നടന്നു. ക്ഷേത്രച്ചുമരിൽ കൊമ്പുകൂർപ്പിച്ചും ഭഗവതിയെ ശല്യപ്പെടുത്തിക്കൊണ്ടേയിരുന്നു. അതിന്റെ ഉപദ്രവത്തിൽ സഹികെട്ട ഭഗവതി കോപം കൊണ്ട് ജ്വലിച്ച് അതിനെ ശപിച്ചു.

“കടന്നുപോ, എന്റെ മുമ്പിൽ നിന്നും... എന്റെ കൺവെട്ടത്തിൽ നിന്നും അകലെ, ഒരു കല്ലായിമാറി, എന്നെ ധ്യാനിച്ച് നിൽക്ക്...”

ശാപമേറ്റ അത് പടിഞ്ഞാട്ട്, ഭഗവതി കൽപ്പിച്ച പോലെ ഓടി. ഏറെ ദൂരം അതിനോടാനായില്ല. ഭഗവതിയുടെ കൺവെട്ടത്തിൽ നിന്നും അകന്ന്, ഒന്നിളകാൻ പോലും പറ്റാത്തവിധം, ഒരു കല്ലായിമാറി നിൽപ്പായി...

ശാപത്തിന്റെ സ്മാരകമായി അറിയപ്പെടുന്ന ആനപ്പാറക്കരികെ കണ്ണനിതുവരെ പോയിട്ടില്ല. പലവട്ടം ആഗ്രഹിച്ചതാണ്. കാടുപിടിച്ചു വിജനമായിക്കിടക്കുന്ന ആ സ്ഥലം കാണുമ്പോഴേ അവനു പേടിതോന്നും.

കുട്ടിക്കാലത്ത് അമ്മയോടൊപ്പമാണ് അവനെന്നും കാവിൽ

തൊഴാനെത്തുക. അമ്മയ്ക്ക് എന്നും കാവിൽ തൊഴണം. നിർബന്ധമുള്ള കാര്യമാണ്. പോവുമ്പോൾ ഒപ്പം കണ്ണനെയും കൂട്ടും. വളിനീളെ ഓരോ സംശയങ്ങൾ ചോദിച്ച് പലപ്പോഴും അമ്മ പറയാറുള്ള കഥകൾ കേട്ട് അവനമ്മക്കൊപ്പം കാവിലെത്തും.

കാവിലമ്മയെ നിത്യം തൊഴുത് പ്രാർഥിക്കുന്ന ശീലം അതുകൊണ്ട് കണ്ണന് ഉപേക്ഷിക്കാനാവില്ല. ഭഗവതിയെ തൊഴുത് നിൽക്കുമ്പോൾ തന്നിലെന്തൊക്കെയോ വന്നു നിറയുന്നത് കണ്ണനനുഭവപ്പെടും. വാത്സല്യപൂർവമുള്ള ഒരു സ്പർശം. സ്നേഹം നിറഞ്ഞ ഒരു തലോടൽ. സ്വന്തം അമ്മ കൺമുന്നിൽ പ്രത്യക്ഷപ്പെടുന്നതുപോലെ കണ്ണന് തോന്നും. അതുകൊണ്ട് പൂജ കഴിഞ്ഞ് നട തുറക്കുന്നതും നോക്കി എല്ലാം മറന്ന് അവൻ കൂപ്പുകൈകളുമായി നിൽക്കും.

അമ്മക്കൊപ്പം കാവിലേക്ക് നടക്കുമ്പോൾ വികൃതി കാണിച്ചതിന് ലഭിച്ചിരുന്ന ശിക്ഷകളെക്കുറിച്ച് അപ്പോഴവന് ഓർമവരും. ശാസിക്കുന്ന അമ്മയുടെ മുഖഭാവം തെളിയും. അമ്മ അവനോടു സംസാരിക്കുന്നതായി കണ്ണനു തോന്നും.

“ന്നെന്ത്യേ... കണ്ണനു നേരം വൈക്യോ...”

പൂജ കഴിഞ്ഞ് നട തുറന്നിരുന്നു. കണ്ണനിങ്ങനെ വൈകുക പതിവുള്ളതല്ല. നട തുറക്കുമ്പോൾ തൊഴുകൈയോടെ എന്നും പ്രാർഥിച്ചുനിൽക്കാറുള്ള കണ്ണനെ കാണാഞ്ഞ് ശാന്തിക്കാരൻ എമ്പ്രാന്തിരി അന്വേഷിച്ചതാണ്.

കണ്ണൻ മറുപടിയൊന്നും പറഞ്ഞില്ല. ഭഗവതിയുടെ വിഗ്രഹത്തിനിരുപുറവുമായി കത്തിനിന്ന വിളക്കുകൾക്കരികെ അവന്റെ കണ്ണുകൾ പരതുകയായിരുന്നു.

അമ്മയെവിടെ?... ഇന്നവന് അമ്മയോട് പറയാൻ ഒത്തിരി കാര്യങ്ങളുണ്ട്. അപ്പുക്കിളിയെക്കുറിച്ചും അവന്റെ അമ്മമാരെക്കുറിച്ചും അവനറിഞ്ഞ കാര്യങ്ങൾ അമ്മയോടു പറയാൻ വെമ്പുകയായിരുന്നു കണ്ണൻ...

അധ്യായം നാല്

നന്നേ ചെറുപ്പത്തിലേ കണ്ണന് അച്ചനുമമ്മയും നഷ്ടമായി, അക്കാലത്തെക്കുറിച്ച് അവന് വ്യക്തമായ ഓർമകളൊന്നുമില്ല. അക്കാര്യം വല്ല്യമ്മ പറഞ്ഞാണ് അവന് മനസ്സിലായത്. അച്ഛനുമമ്മയും ഒത്തുകഴിഞ്ഞ കാലം ഓർമിച്ചെടുക്കാൻ പലകുറി കണ്ണൻ ശ്രമിച്ചതാണ്. എത്ര ശ്രമിച്ചിട്ടും ഒന്നും തെളിഞ്ഞുവരുന്നില്ല. അവ്യക്തമായ ചില ശബ്ദങ്ങളും നിഴൽപോലെ നിറം കുറഞ്ഞ ചില ചിത്രങ്ങളും മാത്രമേ മനസ്സിൽ തെളിയൂ. അതുകൊണ്ട് വല്ല്യമ്മ അച്ഛനെക്കുറിച്ചും അമ്മയെക്കുറിച്ചുമൊക്കെ സംസാരിക്കുമ്പോൾ അവൻ കൗതുകത്തോടെ കേട്ടിരിക്കും.

കേൾക്കുമ്പോഴൊക്കെയും പുതുമയുള്ളതായിരുന്നു അത്.

"കഷ്ടം... നേരാംവണ്ണം ബുദ്ധിയില്ലാത്ത ഇദ്നെ ബടെ ഇട്ടിട്ടു അവര് പോയില്ല്യേ... നിരീക്കുമ്പോ സഹിക്ക്ണ്ല്ല്യ നിയ്ക്ക്..."

പറയുമ്പോൾ വല്ല്യമ്മ കരയുന്നുണ്ടാവും. നിറഞ്ഞ ആ കണ്ണുകളിലേയ്ക്കു നോക്കുമ്പോൾ കണ്ണനും സങ്കടം വരും.

"വല്ല്യമ്മ കരയന്താത്തോ... നാന്ല്ലേ വല്ല്യമ്മച്ച്...."

അവരോട് ചേർന്നിരുന്ന്, ആ കണ്ണുകളിലെ കണ്ണുനീർ തുടക്കാൻ ശ്രമിച്ചുകൊണ്ട് കണ്ണൻ അവരെ സമാധാനിപ്പിക്കും. അപ്പോൾ അവന്റെ മനസ്സിൽ അമ്മയുടെ ചിത്രം പൊന്തും. അത് എപ്പോഴും മനസ്സിലുണ്ട്. വെളുത്ത, വട്ടമുഖമുള്ള അമ്മ. പാകത്തിന് ഉയരമുള്ള അമ്മയ്ക്ക് ധാരാളം മുടിയുണ്ട്. കണ്ണന്റെ മനസ്സിൽ തെളിഞ്ഞുകിടപ്പുള്ള അമ്മയുടെ രൂപമങ്ങനെയാണ്.

പലപ്പോഴും ആ ശബ്ദംപോലും അവൻ കേൾക്കാറുണ്ട്. ചെറുതെന്നൽപോലെ ഒലിച്ചെത്തുന്ന ആ ശബ്ദം കേൾക്കാനെന്തൊരിമ്പമാണെന്നോ!

എങ്ങനെയാണ് തനിക്ക് അമ്മയെയും അച്ഛനെയും നഷ്ടമായത്? വല്ല്യമ്മ പറഞ്ഞുകേട്ട വിവരങ്ങളേ കണ്ണനിക്കാര്യത്തിലുള്ളൂ.

അച്ഛനും അമ്മയ്ക്കും പട്ടണത്തിലായിരുന്നുവത്രെ പണി. രണ്ടുപേരും ഒരുമിച്ചു പോവുകയും വരികയും ചെയ്തു. ഒരുദിവസം മടങ്ങിവരുന്നവഴി അവർ സഞ്ചരിച്ചിരുന്ന ബസ് ഒരു അപകടത്തിൽപെട്ടു. യാത്രക്കാരിൽ പലരും മരണമടഞ്ഞു. കൂട്ടത്തിൽ കണ്ണന്റെ അച്ഛനുമമ്മയും.

ഇക്കാര്യം പറയുമ്പോഴൊക്കെ വല്ല്യമ്മ കരയും. തന്റെ പതിവു യാത്ര കഴിഞ്ഞ് വല്ല്യമ്മ തിരിച്ചെത്തിയതിന്റെ പിറ്റേന്നായിരുന്നുവത്രേ അത്. പിന്നെ കുറേക്കാലത്തേക്ക് വല്ല്യമ്മയ്ക്ക് പുറത്തിറങ്ങാനായില്ലത്രേ. അവർ പോയാൽപിന്നെ കണ്ണന്റെ കാര്യങ്ങൾ നോക്കാനാരുണ്ട്? അതുകൊണ്ട് അവർ യാത്രകൾ നിർത്തിവെച്ചു. കണ്ണനെ ഒന്നാംക്ലാസിൽ ചേർത്തിട്ടേ ഉണ്ടായിരുന്നുള്ളൂ. വിവരങ്ങളറിഞ്ഞിട്ടും അമ്മയുടെ വീട്ടുകാർ ഒന്നന്വേഷിക്കുക പോലും ഉണ്ടായില്ലത്രേ...

അതിന്റെ കാരണവും വല്ല്യമ്മ പറയാറുണ്ട്. പക്ഷെ, വല്ല്യമ്മ പറയുന്ന കാര്യങ്ങളൊന്നും കണ്ണന് മനസ്സിലാവാറില്ല. മനസ്സിലായതാവട്ടെ, ഒരേയൊരു കാര്യം മാത്രം. അച്ഛനും അമ്മയും ഇല്ലാതായതോടെ താൻ ആർക്കും വേണ്ടാത്തവനായി. വല്ല്യമ്മ കുറച്ചുകാലം യാത്രകളൊക്കെ നിർത്തിവെച്ചു. എങ്കിലും അവർക്ക് ആവരുടെ ശീലം പറ്റെ ഉപേക്ഷിക്കാനായില്ല. ഒരു ദിവസം വല്ല്യമ്മ പോയി. അതോടെ കണ്ണൻ തീർത്തും ഒറ്റപ്പെട്ടു. അപ്പോഴാണവൻ ഭഗവതിയെ ഓർത്തത്. ആരുമില്ലാത്തവർക്ക് മുളയങ്കാവിലമ്മ മാത്രം. പലപ്പോഴും അമ്മ പറയാറുണ്ടായിരുന്നതുകൂടി ഓർമ വന്നതോടെ അവനെന്നും അതികാലത്ത് കാവിലെത്തി ദേവിയെ വണങ്ങി പ്രാർഥിക്കാൻ തുടങ്ങി. ഇപ്പോഴവന് ആ ശീലത്തോടെയല്ലാതെ ദിവസം ആരംഭിക്കുന്ന കാര്യം ആലോചിക്കാൻപോലും വയ്യ.

അമ്മയെക്കുറിച്ചോർക്കുമ്പോഴൊക്കെ കുട്ടിക്കാലം ഓരോർമയായി അവന്റെ മനസ്സിൽ നാമ്പെടുക്കാറുണ്ട്. കളിച്ചുരസിച്ച് തിമിർത്താടിയ ആ നാളുകൾ ഇപ്പോഴും അവന്റെ വിചാരങ്ങളിൽ നിറയാറുണ്ട്...

അക്കാലത്താണ് കണ്ണനൊരു പനി വന്നത്. വിറച്ച്, പിച്ചും പേയും പറഞ്ഞ് അവനേറെനാൾ കിടന്നു. ചികിത്സകൊണ്ടോ, അമ്മയുടെ പ്രാർഥനകൾ കൊണ്ടോ എന്തുകൊണ്ടെന്നറിയില്ല, പനിമാറി കണ്ണൻ രക്ഷപ്പെട്ടു. ക്ഷീണം വിട്ടുമാറാത്ത ആ ദിവസങ്ങളിൽ അമ്മ എപ്പോഴും അവന്റെയടുത്തു തന്നെയുണ്ടാവും. അവനെ തലോടിയാശ്വസിപ്പിച്ചും സമയാസമയങ്ങളിൽ മരുന്നും ഭക്ഷണവും കഴിക്കാൻ നിർബന്ധിച്ചും.

അന്ന് ഉമ്മറത്തിണ്ണയിൽ കിടക്കുകയായിരുന്നു അവൻ. പനിയുടെ തളർച്ച വിട്ടുമാറാത്ത ദിവസങ്ങളിലൊന്ന്. അമ്മ അരികത്തിരുന്ന് എന്തോ ചെയ്യുന്നത് അവൻ കണ്ടു. എന്താണമ്മ ചെയ്യുന്നത്? അറിയാനവനു താൽപര്യമായി. പതുക്കെ തലയുയർത്തി അവൻ അമ്മയെ നോക്കി.

ധാരാളം മുടിയുണ്ടല്ലോ അമ്മയ്ക്ക്. ഒരു കുഴൽപോലെ അവരത് മുകളിലേക്ക് കെട്ടിനിർത്തും. ആദ്യനോട്ടത്തിലവന്റെ കണ്ണു

കൾ തടഞ്ഞത് അമ്മയുടെ അങ്ങനെ കെട്ടിനിർത്തിയ മുടിയിലാണ്. വീണ്ടും ശ്രദ്ധിച്ചപ്പോഴാണവൻ കണ്ടത്, ചെറിയൊരു തുണി കീറി ചെറിയ ചെറിയ കഷണങ്ങളാക്കുകയാണ് അമ്മ. എന്തിനായിരിക്കുമത്? താൽപര്യത്തോടെ അവൻ അമ്മയ്ക്കരികിലെത്തി.

അപ്പോൾ അമ്മയും കണ്ണനെ ശ്രദ്ധിക്കുന്നുണ്ടായിരുന്നു. തനിക്കരിൽ തളർന്നിരിക്കുന്ന അവനെ നോക്കി അമ്മ പറഞ്ഞു.

"ന്റെ കുട്ട്യേ... യ്യ് ഞങ്ങളെ വല്ലാണ്ടെ പേടിപ്പിച്ചൂലോ..."

പറയുമ്പോൾ അമ്മയുടെ കണ്ണുകൾ നിറഞ്ഞിരുന്നു. കണ്ണൻ ഒന്നും മിണ്ടിയില്ല. അവരെനോക്കി ചിരിക്കുകമാത്രം ചെയ്തു.

"ങ്ഹാ... പ്പൊങ്ങനെ ഇളിച്ചോ... രണ്ടീസം മുന്നെ എന്തേർന്നു ശേല്? നെഞ്ചിന്റെ ഉള്ളീന്ന് തീയ്യ് മുഴ്വോനും എറങ്ങിപ്പോയിട്ടില്ല്യ ഇപ്പ്ലും..."

ചെറിയ ചെറിയ കഷണങ്ങളാക്കി മുറിച്ചെടുത്ത തുണി തുടയിൽ വച്ച് ഉരുട്ടി തിരികളാക്കുകയായിരുന്നു അമ്മ. വെളുത്ത തുടയിൽ തുണിചുരുട്ടി തിരിതെരക്കുന്നതു കാണാൻ നല്ല രസമാണ്. അപ്പോൾ അമ്മയുടെ തുട ചുവന്നു തുടുക്കും. ചെറുചരടുകൾപോലെ കെട്ടുപിണഞ്ഞുകിടന്ന നീല ഞരമ്പുകൾ എണ്ണിയെടുക്കാവുന്നത്ര വ്യക്തമായി കാണാം.

"ന്റെ കുട്ടീടെ സൂക്കേടേതായ്യ്യാലും പ്പോ മാറിലോ. ചേമ്പിൻതണ്ട് വാട്യേന്ത്യല്ലേ ന്റെ കുട്ടൻ വാടീത്... അമ്മേ മൊളങ്കാവിലമ്മേ അവിടുന്നേ തുണ..."

പ്രാർഥിക്കുന്ന ഭാവത്തിൽ അമ്മ തെല്ലിട കൈകൂപ്പി നിന്നു. പിന്നെ തുടർന്നു.

"നാളെ ന്റെ കുട്ടി എണീറ്റ്ട്ടേയ് കുളിച്ച് റെഡ്യാവണം. മ്മക്കു മൊളങ്കാവ്ലെറ്റം പോണം. കാവിലമ്മയെ തൊഴുതു പ്രാർഥിക്കണം... കുട്ടന്റെ സൂക്കേട് മാറ്റിത്തന്നതു ഭഗോത്യല്ലേ..."

മുളയങ്കാവിലമ്മയ്ക്കുള്ള വഴിപാടിന്റെ ഒരുക്കത്തിലായിരുന്നു അമ്മ. അവന്റെ അസുഖം മാറിക്കഴിഞ്ഞാൽ ക്ഷേത്രച്ചുമരിനു ചുറ്റുമുള്ള കൽവിളക്കുകളിൽ എണ്ണയൊഴിച്ച് ആയിരം തിരികൾ കത്തിച്ചുകൊള്ളാമെന്ന് നേർന്നിട്ടുണ്ടത്രേ...

കണ്ണന്റെ അസുഖം ഭേദമായത് ഭഗവതിയുടെ അനുഗ്രഹം കൊണ്ടാണെന്ന് അമ്മ വിശ്വസിച്ചു.

"ന്നാ കേക്കണോ... ആ പന്യാ ചെക്കനെ ഇങ്ങന്യാക്കീത്... പനി മാറി കുളിച്ചതോടെ ചെക്കനാകെ മാറി. ബുദ്ധി മറിഞ്ഞു. പിന്നെപ്പിന്നെ കയ്യിന്റേം കാലിന്റേം ശരീരത്തിന്റെ മൊത്തം വളർച്ച ല്ല്യാണ്ടായി. തലേം വയറും വല്ലാണ്ടെ വല്താവും ചീതു..."

ആ പനിയെക്കുറിച്ചും അതിനുശേഷം തനിക്കു സംഭവിച്ച മാറ്റങ്ങളെക്കുറിച്ചും വല്ല്യമ്മ പലർക്കും വിശദീകരിച്ചു കൊടുക്കുന്നത് കണ്ണനും കേൾക്കാറുണ്ട്. തന്റെ നീളം കുറഞ്ഞ കൈകളിലേക്കും ഉന്തിയ വയറിലേക്കും അവനന്നേരം നോക്കും. താനത്രയ്ക്ക് മോശക്കാരനാണോ...? സ്വയം ചോദിക്കുകയും ചെയ്യും.

അമ്പലപ്പറമ്പിലെ ആൽത്തറകളിലൊന്നിൽ ഇരിക്കുകയായിരുന്നു അപ്പോഴും കണ്ണൻ. നേരം ഏറെയായിരിക്കുന്നു. വെയിൽ മൂത്തുതുടങ്ങി.

ഒരുപറ്റം കുട്ടികൾ കലപില ശബ്ദംകൂട്ടി അതിലെ കടന്നുപോയത് കണ്ണൻ ശ്രദ്ധിച്ചു. തനിക്കും സ്കൂളിൽ പോവേണ്ടതല്ലേ... അവനും ആലോചിച്ചു.

"എന്താ കണ്ണാ, ഇങ്ങനെ ഓരോന്നോർത്ത് ഇര്ന്നാ മത്യോ... സ്കൂളിലൊന്നും പോണില്ല്യേ..."

ആരോ ചോദിക്കുന്നതുപോലെ അപ്പോൾ കണ്ണനു തോന്നി. അവൻ ചുറ്റിലും നോക്കി. ഇല്ല, ആരുമില്ല. തനിക്കു തോന്നിയതാവുമോ?

കണ്ണന്റെ കണ്ണുകൾ ആ സമയം ക്ഷേത്രനടയിലേക്ക് തെന്നിയിറങ്ങി. നടയടച്ചിരുന്നില്ല. ദേവിക്കിരുപുറവും വിളക്കുകൾ ജ്വലിച്ചിരുന്നു.

ആ ജ്വാലകൾക്കിടയിലെങ്ങാനും അമ്മയുണ്ടോ?

അമ്മയെക്കുറിച്ചുള്ള ഓർമകളിൽത്തന്നെയായിരുന്നു അവനപ്പോഴും.

അധ്യായം അഞ്ച്

സാധാരണയായി അവസാനത്തെ പിര്യേഡ് ക്ലാസുണ്ടാവാറില്ല. കുട്ടികളെ കളിക്കാൻ വിടും. സ്കൂളിന്റെ മുന്നിലെ ചെറിയ മുറ്റത്ത് അവർ കൂട്ടംതിരിഞ്ഞ് പല കളികളിലും ഏർപ്പെടും. കണ്ണന് കളികളിലൊന്നിലും താൽപര്യമുണ്ടായിരുന്നില്ല. എങ്കിലും അവനും ഗ്രൗണ്ടിലുണ്ടാവും. മറ്റുള്ളവർ കളിക്കുന്നതും നോക്കി ഏതെങ്കിലും കോണിൽ ഒറ്റക്ക് നിൽക്കും.

അന്നും കണ്ണൻ ഒറ്റക്ക് നിൽക്കുകയായിരുന്നു. കുട്ടികളിൽ ചിലർ കണ്ണന്റെ നിൽപു കണ്ട് വിളിച്ചുകൂവി. "അതാ മ്മടെ ക്ളി നികവന്നെടാ... മ്മക്കു പോയി പിടിക്കാ..."

പറഞ്ഞുതീർന്നില്ല. ഒരുപറ്റം കുട്ടികൾ കണ്ണനെ പൊതിഞ്ഞു. ഒക്കെ പരിചയമുള്ളവർ തന്നെ. എങ്കിലും പതിവില്ലാത്തവിധം തന്നെ പൊതിഞ്ഞുനിന്ന അവരെ നോക്കി കണ്ണൻ ചോദിച്ചു.

"ന്താതാ തെക്കമ്മൊനേ... ന്ന് ബതേ..."

ശരീരംപോലെ വികൃതമായിരുന്നല്ലോ അവന്റെ ഭാഷയും. കേട്ട് കേട്ട് കുട്ടികളതിനെ ശ്രദ്ധിക്കാതായിരിക്കുന്നു. പക്ഷെ, ഇപ്പോൾ കണ്ണനൊരു ഇമേജ് വന്നിരിക്കയാണ്. ബാലുമാഷ് പരിചയപ്പെടുത്തിയ അപ്പുക്കിളിയെപ്പോലെ ഒന്നിനെ തങ്ങളും കണ്ടെത്തിയിരിക്കയാണല്ലോ. അതിന്റെ പുതുമയിലായിരുന്നു അവർ. കണ്ണന്റെ വർത്തമാനം കൂടിയായയതോടെ അവരുടെ ആവേശം കൂടി.

"കിളിയേ... പഞ്ചവർണക്കിളിയേ... അനക്കു മുറുക്കുവേണോ..."

കൂടിനിന്നവരിലൊരുവന്റെ ചോദ്യം കേട്ട് കണ്ണൻപോലും ചിരിച്ചു. അപ്പോഴാണ് മറ്റൊരുവന്റെ ക്ഷണം.

"ഡാ... തത്തേ... മ്മക്ക് തുമ്പ്യേപ്പിടിക്കാമ്പോവ്വാ..."

അപ്പുക്കിളിയെപ്പോലെ തുമ്പിയെപ്പിടിക്കുന്നത് കണ്ണനും ഇഷ്ടപ്പെട്ട വിനോദമാണ്. പിടിച്ച തുമ്പിയെ നൂലിൽ കെട്ടി ചിലപ്പോഴവൻ ക്ലാസിൽ കൊണ്ടുവന്ന് കുട്ടികൾക്ക് മുമ്പിൽ പ്രദർശിപ്പിക്കാറുണ്ട്. അതോർത്തുകൊണ്ടാണ് അവരന്വേഷിച്ചത്.

ചുറ്റിലും കൂടിനിന്ന കുട്ടികളുടെ ഇത്തരം പെരുമാറ്റവും അന്വേഷണങ്ങളും കണ്ണനെയും രസിപ്പിച്ചു. എല്ലാവർക്കുമുമ്പിലും ശ്രദ്ധിക്കപ്പെടുന്നവനാവുക... അങ്ങനെ മാറിയതിലെ സന്തോഷം അനുഭവിക്കുകയായിരുന്നു അവനപ്പോൾ.

ഇങ്ങനെ കുട്ടികളോരോന്നും ചോദിച്ചും പറഞ്ഞുംകൊണ്ടിരിക്കുന്നതിനിടയിലണ് അതുണ്ടായത്.

ആവേശം മൂത്ത ആരോ അവനെയൊന്നു തോണ്ടി. അതിനെ അനുകരിച്ച് മറ്റുള്ളവരും കണ്ണനെ തോണ്ടാൻ തുടങ്ങി. കൈവി

രലുകൾ തന്നെ നിരന്തരം തോണ്ടാൻ തുടങ്ങിയതോടെ കണ്ണനു വേദനയെടുത്തുതുടങ്ങി. ചുറ്റിലുംനിന്ന് ആർത്തുവിളിച്ചു കൊണ്ടിരിക്കുന്നവരുടെ പ്രവൃത്തിയിൽ കണ്ണനു വെറുപ്പുതോന്നിത്തുടങ്ങി. അതോടെ ദേഷ്യം വരാനും.

എന്നിട്ടും നിയന്ത്രണം വിട്ടുപോവാതിരിക്കാൻ അവൻ ശ്രദ്ധിച്ചു. നിയന്ത്രണം വിട്ടാൽ താനെന്തൊക്കെയാവും കാട്ടിക്കൂട്ടുക എന്നത് അവനുതന്നെ നിശ്ചയമില്ലായിരുന്നു. ഇങ്ങനെയുള്ള സന്ദർഭങ്ങളിൽ അവൻ അമ്മയെ സ്മരിക്കും. അപ്പോൾ അവരുടെ വാക്കുകൾ തന്റെ ചെവിയിൽ മൂളിയിറങ്ങുന്നതായി അവനുതോന്നും.

"മോനേ...യ്യ് നല്ല കുട്ട്യോല്ലേ... നിയ്യാരോടും വഴക്കിനു പോവര്ത്, ട്ട്വോ... ആര് എന്ത് പറഞ്ഞാലും ചീതാലും ഒന്നും കേട്ട്ല്ല്യാ കണ്ട്ല്ല്യാന്നു നടിക്കണ്നെ... നല്ല കുട്ട്യല്ലേ ന്റെ മോൻ...

അമ്മ തന്നോടു സംസാരിക്കുന്നതുപോലെ. അപ്പോഴും കണ്ണനു തോന്നി, അമ്മയെ അനുസരിക്കണം. അതിനവൻ സ്വയം നിയന്ത്രിച്ചു. പക്ഷെ, നിമിഷങ്ങളോരോന്നു കഴിയുംതോറും കണ്ണനു ദേഷ്യം വർധിക്കുകയായിരുന്നു. നിയന്ത്രണം നഷ്ടപ്പെടുത്തുന്ന രീതിയിലായിരുന്നു കുട്ടികളുടെ പ്രവൃത്തി. തോണ്ടിക്കൊണ്ടിരിക്കുന്നവരിൽ ചിലരിപ്പോൾ കണ്ണന്റെ ഷർട്ടു പിടിച്ചു വലിക്കാനും അവനെ തള്ളാനുമൊക്കെ തുടങ്ങിയിരുന്നു. അതിനിടെ ആരോ അമർത്തി വലിച്ചപ്പോൾ അവന്റെ ഷർട്ടു കീറുകയും ചെയ്തു.

അതോടെ കണ്ണന്റെ മട്ടാകെ മാറി. കാരണമുണ്ട്. അവനാകെ രണ്ടേരണ്ടു ഷർട്ടേയുള്ളൂ. രണ്ടും വലിയമ്മ എവിടെനിന്നോ ചോദിച്ചു വാങ്ങിക്കൊണ്ടുവന്നതാണ്. അതിലൊന്ന് അവനേറ്റവും പ്രിയപ്പെട്ടതുമാണ്. പച്ചത്തുമ്പിയുടെ നിറമുള്ള തുണിയിൽ തയ്ച്ച അത് ധരിക്കാൻ അവന് വലിയ ഇഷ്ടമാണ്. ആ ഷർട്ടാണ് കുട്ടികൾ വലിച്ചുകീറിയത്.

കണ്ണനു സഹിച്ചില്ല. അവന്റെ സർവനിയന്ത്രണങ്ങളും വിട്ടു. കണ്ണുകൾ ചുവന്നു. ചുണ്ടുകൾ വിറച്ചു.

"ആതാതാ ന്റെ തർട്ട് കീതീത്..."

അതൊരലർച്ചയായിരുന്നു. ചുരുട്ടിപ്പിടിച്ച മുഷ്ടികളുയർത്തി, ആളിനെ കയ്യിൽ കിട്ടിയാൽ എന്തു ചെയ്യാനും മടിക്കില്ലെന്ന ഭാവത്തിൽ.

കണ്ണന്റെ ഭാവം മാറിയത് കുട്ടികളെ ഭയപ്പെടുത്തി. അവർക്ക് അവന്റെ സ്വഭാവം നന്നായി അറിയാം. ദേഷ്യം വന്നാൽ അവ നിന്നതേ ചെയ്യൂ എന്നില്ല. അതുകൊണ്ടവർ അവനെ വിട്ട് അക ന്നുനിന്നു,

"പതിയിനെതാ... ആതാന്റെ കുപ്പായം കീത്യേ..."

അപ്പോഴും കണ്ണൻ കലിതുള്ളുകയായിരുന്നു. കണ്ണന്റെ ഭ്രാന്ത് പിടിച്ച ഭാവം. അവനരികിൽനിന്നും സുരക്ഷിതമായ അകലത്തി ലേക്ക് മാറിനിന്നവർക്ക് തമാശയായി. ദേഷ്യംകൊണ്ട് ജ്വലിച്ചു നിന്ന കണ്ണനെ നോക്കി അവർ വിളിച്ചു പറഞ്ഞു.

"അപ്പുക്ക്ളിയേ... അദ് ഞാനാടാ... ഞാനാ..."

ഒരാളൊറ്റക്കല്ല അങ്ങനെ പറഞ്ഞത്. കുട്ടികളോരോരുത്തരും അതു ചെയ്തത് ഞങ്ങളാണെന്ന് ഏറ്റുപറഞ്ഞു. ആരെയാണ് നേരിടേണ്ടത്? അക്കാര്യമറിയാതെ കണ്ണൻ വിഷമിച്ചു. അപ്പോഴും ദേഷ്യം ഇരമ്പുകതന്നെയായിരുന്നു. നിയന്ത്രിക്കാനാവാതെ, അത് തന്നെ ഭ്രാന്തുപിടിപ്പിക്കുന്നതായി കണ്ണനു തോന്നി.

കണ്ണിൽ ഇരുട്ടു പരക്കുന്നതായി അവനനുഭവപ്പെട്ടു. രക്തം പതയുന്ന ശരീരം ചുട്ടുപൊള്ളുന്നു. പണ്ട് അമ്മ പറഞ്ഞ് അവ നറിഞ്ഞ, ഭഗവതിയെ വിറപ്പിച്ച ആ മദയാനയെക്കുറിച്ചാവും ഇത്തരം സന്ദർഭങ്ങളിൽ കണ്ണനോർമ്മ വരിക. തനിക്കും ആ ആനക്കും തമ്മിൽ ഇപ്പോഴൊരു വ്യത്യാസവുമില്ലെന്നവനു തോന്നും. അതോടെ സർവവും നശിപ്പിക്കാനാഗ്രഹിക്കും.

പക്ഷെ, ഇവിടെ ഒരാളെയല്ല, ഒരുകൂട്ടം കുട്ടികളെയാണ് നേരി ടേണ്ടത്. വരുന്നതുവരട്ടെ, ചുരുട്ടിയ മുഷ്ടികൾ വായുവിൽ അരി ശത്തോടെ വീശിക്കൊണ്ട് കണ്ണനലറി...

"വത്നെതാ... ധൈര്യള്ളോതുന്റത്ത്തേക്ക് വത്നെതാ..."

ആരുവരാൻ! കണ്ണനെ നേരിടാൻ അവരിലാർക്കും ധൈര്യമി

ല്ലായിരുന്നു. കണ്ണന്റെ ഭാവം കണ്ടുപേടിച്ച അവർ പതുക്കെപ്പെ തുക്കെ പിൻവലിയാൻ തുടങ്ങി. കണ്ണനതു കണ്ടു. പാടില്ല. ആരെയും രക്ഷപ്പെടാനനുവദിക്കരുത്.

അതോടെ ഒഴിഞ്ഞുപോവാൻ തുടങ്ങിയ കുട്ടികൾക്കിടയി ലേക്ക് ഒരു ചക്രംപോലെ അവൻ തിരിഞ്ഞിറങ്ങി...

എന്തൊക്കെയാണ് കാട്ടിക്കൂട്ടിയത് എന്ന് അവന് തന്നെ ഓർമ യില്ല. ആരെയൊക്കെയോ കൈയിൽ കിട്ടി. കിട്ടിയവരെ അടി ച്ചും കടിച്ചും മാന്തിയും അവൻ അവന്റെ പക തീർത്തു.

"ഓടിക്കോളേയ്... കണ്ണനു ഭ്രാന്തു പിടിച്ചടക്ക്ണേയ്..." ആർത്തുവിളിച്ച കുട്ടികൾ ഓടിരക്ഷപ്പെടുവാൻ തുടങ്ങി.

അപ്പോഴാണ് നീണ്ട ബെല്ലടിക്കുന്ന ശബ്ദം കേട്ടത്. സ്കൂൾ വിട്ടു. അതോടെ കുട്ടികൾ എല്ലാം മറന്നു.

വീട്ടിലേക്കെത്താനുള്ള ധൃതിയിലായി അവർ. ബാഗും കുട യുമൊക്കെയെടുത്ത് കൂവിയാർത്ത് ഗെയിറ്റു കടന്ന അവർ റോഡി ലൂടെ ഒഴുകി.

ആരും അപ്പോൾ കണ്ണനെ ഓർക്കുന്നുണ്ടായിരുന്നില്ല.

തന്നെ കടന്നുപോവുന്ന കുട്ടികളെ നോക്കിനിൽക്കുകയായി രുന്നു കണ്ണനും. ഇപ്പോഴവന്റെ ദേഷ്യം മാറിയിരിക്കുന്നു. അത് സങ്കടമായി.

കറുത്ത മേഘംപോലെ എന്തോ ചിലത് തന്റെയുള്ളിൽ നിറ യുന്നതും കണ്ണുനിറയുന്നതും കണ്ണൻ അറിഞ്ഞു. തേങ്ങൽ പോലെ എന്തോ അവനിൽനിന്ന് ഉയരാനും തുടങ്ങി.

ഒലിച്ചിറങ്ങിയ കണ്ണീർത്തുള്ളികൾക്കിടയിലൂടെ അവൻ കണ്ടു. ഇളവെയിൽ തന്റെ കണ്ണുകൾക്കു മുമ്പിൽ പൂത്തുലയുന്നു. നിര വധി നിറത്തിൽ.

ആ നിറങ്ങൾക്കിടയിലെങ്ങാനും അമ്മയുണ്ടോ?"

അവൻ സൂക്ഷിച്ചുനോക്കി. പൂക്കുകയും വാടുകയും ചെയ്തു കൊണ്ട് ആ ഇളവെയിൽ അവന്റെ ഒലിച്ചിറങ്ങുന്ന കണ്ണീർക്ക ണങ്ങളിൽ ഒളിച്ചുകളിച്ചു.

അപ്പോൾ അമ്മയെ കാണാൻ അവൻ അതിയായി മോഹിച്ചു.

അമ്മയുടെ വാത്സല്യപൂർണമായ നോട്ടത്തിനായി അവൻ ദാഹിച്ചു. അവൻ വിളിച്ചു. "അമ്മേ..."

എത്ര വിളിച്ചിട്ടും അവനെ ആശ്വസിപ്പിക്കാനായി അമ്മ വരുന്നില്ല എന്നവനറിഞ്ഞു. കുളിർകാറ്റിന്റെ തലോടലായി, പക്ഷികളുടെ ചിലക്കലായി, എന്നുവേണ്ട അമ്മ തന്നിലണയാറുള്ള വഴികളൊക്കെയും അടഞ്ഞുകിടന്നു.

സങ്കടം സഹിക്കാനാവാതെ അവന്റെ തേങ്ങലുകൾ ഉച്ചത്തിലായി.

അപ്പോൾ മൃദുവായൊരു കൈപ്പത്തി തന്റെ ചുമലിൽ അമരുന്നതവൻ അറിഞ്ഞു. ഒലിച്ചിറങ്ങിയ കണ്ണീർ തുടച്ചുകൊണ്ട് ആരോ വിളിക്കുന്നു.

"കണ്ണാ..."

ആരാണത്...?

അമ്പരപ്പോടെ തിരിഞ്ഞുനോക്കിയപ്പോൾ അവൻ കണ്ടു.

ബാലുമാഷ്...

അധ്യായം ആറ്

കുട്ടിക്കൃഷ്ണൻ മാഷുടെ വർത്തമാനം കേട്ടുകൊണ്ടാണ് ബാലുമാഷ് സ്റ്റാഫ്റൂമിലേക്ക് കടന്നുചെന്നത്.

"അപ്പുക്ക്ളീന്നുള്ള പേര് ഓന് അസ്സലായി ചേരും.."

കണ്ണന് കിട്ടിയ പുതിയ പേരിനെക്കുറിച്ചുള്ള ചർച്ച നടക്കുക

യായിരുന്നു അവിടെ.

"ഞാൻ ന്ന് വരെ ങ്ങന്യൊര് പേര് കേക്ക്ണ്ടായിട്ട്ല്ല്യ. എബ്ട്ന്നേ മാഷക്കത് കിട്ട്യേ... ഏതായാലും കേമായിട്ട്ണ്ട്. ആ മന്തൂസിന് ചേരണ പേരന്നെ..."

കണ്ണന് അങ്ങനയൊരു പേരു നൽകിയതിന് ബാലുമാഷെ അഭിനന്ദിക്കുകയാണ് കുട്ടിക്കൃഷ്ണൻ മാഷ്. ആ വർത്തമാനം കേട്ടപ്പോൾ ബാലുമാഷക്ക് വിഷം തോന്നി. ആ പേര് അറിയാതെ പറ്റിയ ഒരബദ്ധമാണ്. 'ഖസാക്കിന്റെ ഇതിഹാസ'മെന്ന നോവലും അതിലെ കഥാപാത്രങ്ങളും ബാലുമാഷക്ക് പ്രിയപ്പെട്ടതാണ്. പ്രത്യേകിച്ചും അപ്പുക്കിളി. വളർച്ച മുരടിച്ച്, രൂപം വികലമാക്കപ്പെട്ട ഒരു മനുഷ്യജന്മം. ആ കഥാപാത്രത്തിനോടു തോന്നിയ അടുപ്പവും അത്തരത്തിലുള്ള മനുഷ്യജന്മങ്ങളെ അംഗീകരിക്കണമെന്ന ആശയവും മാത്രമേ കുട്ടികൾക്ക് അപ്പുക്കിളിയെ പരിചയപ്പെടുത്തുമ്പോൾ അയാൾ ഉദ്ദേശിച്ചിരുന്നുള്ളൂ. ഫലം ഉദ്ദേശിച്ചതിനു നേർ വിപരീതമാവുകയും ചെയ്തു.

മറ്റുള്ളവരുടെ ദോഷം കണ്ടെത്തുക. അതിനെ പൊലിപ്പിച്ച് തങ്ങൾക്കു രസിക്കാനുള്ള വിഷയമാക്കുക. വലിയവരായാലും കുട്ടികളായാലും ഇക്കാര്യത്തിൽ ആരും വ്യത്യസ്തരാവുന്നില്ലല്ലോ എന്ന് ബാലുമാഷ് ഖേദത്തോടെ ചിന്തിച്ചു.

സ്റ്റാഫ്റൂമിലെ ചർച്ച കൊഴുക്കുകയായിരുന്നു. കണ്ണന്റെ പുതിയ പേര് കുട്ടിക്കൃഷ്ണൻ മാഷ്ക്ക് നന്നേ ബോധിച്ചിരിക്കുന്നു.

കുട്ടിക്കൃഷ്ണൻ മാഷ് ആളൊരു പ്രത്യേക സ്വഭാവക്കാരനാണ്. പിശുക്കന്മാരുടെ രാജാവാണയാൾ. സ്കൂൾ വിട്ടാൽ വീട്, വീടു വിട്ടാൽ സ്കൂൾ. അതിലപ്പുറം മറ്റൊരു ലോകം മാഷ്ക്കില്ല. അറിയാനൊട്ടയാൾക്കാഗ്രഹവുമില്ല. റിട്ടയർമെന്റിനിനി വർഷം ഒന്നു തികച്ചില്ല. പെൻഷനായാൽ മാസശമ്പളം ഇല്ലാതാവുമല്ലോ. വേവലാതി ഇപ്പോഴേ തുടങ്ങിക്കഴിഞ്ഞിരുന്നു മാഷ്ക്ക്. അങ്ങനെയുള്ള കുട്ടിക്കൃഷ്ണൻ മാഷ്ക്കുണ്ടോ മറ്റുള്ളവരുടെ സങ്കടങ്ങൾ അറിയാനാവുന്നു! കുട്ടിക്കൃഷ്ണൻ മാഷ് ഇങ്ങനെ സംസാ

രിച്ചതിൽ ബാലുമാഷ്ക്ക് അശേഷം അത്ഭുതം തോന്നിയില്ല.

"എന്റെ പൊന്നു മാഷേ... ഈ കുറ്റംപറച്ചിലൊന്നു നിർത്തു ന്നുണ്ടോ നിങ്ങള്... മാഷ് അറിയാത്തതും കേൾക്കാത്തതുമായി എന്തൊക്കെയുണ്ട് ഈ ലോകത്തില്. ഞാനാർക്കും ഒരു പേരും ഇട്ടിട്ടില്ല്യ. അപ്പുക്കിളീന്ന്ള്ളത് ഒ.വി. വിജയന്റെ ഖസാക്കിന്റെ ഇതിഹാസംന്ന നോവലിലെ ഒരു കഥാപാത്രത്തിന്റെ പേരാ..."

"അതേയതേ... ഇപ്പോ ഞാനും അതറീണ്ടായി. ഇന്നത്തെ വാർത്ത നോക്ക്യേപ്പോ അതായിർന്നുലോ. കേട്ടപ്പോ ബഹുര സായിത്തോന്നി. മൊഖസ്തുതി പറയ്വാന്നു നിരീക്കര്ത് ട്ടോ മാഷേ... മാഷ്ക്കു നല്ല ഫലിതബോധംണ്ട്. നിയ്ക്കതു നന്നേ പിടിക്കേം ചീതു. നമ്മടെ ആ പൊട്ടൻ ചെക്കൻ ബടെ പഠി ക്കാൻ തൊടങ്ങീട്ട് കൊല്ലം ശ്യായില്ല്യേ, പ്ലും അവൻ അഞ്ചാംത രത്ത്ലല്ലേ എത്തീട്ടുള്ളൂ. ബടെ പറഞ്ഞ് കേട്ട അപ്പുക്ക്ള്യേ പ്പോലെ നമ്മടെ കണ്ണനും അക്കായീട്ടും അക്ഷരായീട്ടും വട്ട പൂജ്യം വരയ്ക്കാനല്ലാതെ ഒരു വസ്ത്വൊട്ടു നിശ്ചോല്ല്യ..."

തുടർന്നും കുട്ടിക്ക്യഷ്ണൻ മാഷ് എന്തൊക്കെയോ സംസാ രിക്കുന്നുണ്ടായിരുന്നു. ആ സംസാരത്തിൽ രസംപിടിച്ച പലരും തുടർന്നും പറയാനായി അയാളെ പ്രോത്സാഹിപ്പിച്ചുകൊണ്ടേ യിരുന്നു.

ബാലുമാഷ് വല്ലാത്തൊരു അസ്വസ്ഥതയിലായി. കണ്ണൻ ഇങ്ങ നെയായത് അവന്റെ കുറ്റം കൊണ്ടാണോ? ഒരുത്തന്റെ വൈക ല്യത്തിനെ കളിയാക്കാൻ മാത്രം യോഗ്യരാണോ നാം? വിചാര ങ്ങളിങ്ങനെ മാഷ്ടെ മനസ്സിലേക്ക് നനഞ്ഞിറങ്ങി. ഇപ്പോൾ മാഷ് അറിയുകയായിരുന്നു. ഇങ്ങനെയൊരു സാഹചര്യം ഉണ്ടാവാൻ കാരണക്കാരൻ താൻ തന്നെയല്ലേ? കണ്ണനെ അപ്പുക്കിളിയാക്കി യത് താനാണല്ലോ...

ഓർക്കുന്തോറും മാഷ്ടെ കണ്ണുകൾക്കുമുമ്പിൽ കണ്ണന്റെ രൂപം തെളിഞ്ഞുതുടങ്ങി. ഉച്ചാരണസ്ഫുടതയില്ലാതെ ആ വർത്തമാനം ചെവികളിൽ കെട്ടഴിഞ്ഞു തീർന്നു.

അപ്പോഴും അവർ കണ്ണനെക്കുറിച്ചുള്ള സംസാരം തുടരുക

യായിരുന്നു. ബാലുമാഷ്ക്ക് അതു കേൾക്കുന്നത് വെറുപ്പായി തുടങ്ങി. അവരുടെ വാക്കുകൾ കനൽക്കല്ലുകൾ പോലെ അയാളുടെ മനസ്സിൽ വന്നു വീഴാൻ തുടങ്ങി. ഇനിയുമിവിടെ ഇരുന്നുകൂടാ...

ബാലുമാഷ് സ്റ്റാഫ്റൂം വിട്ട് പുറത്തുകടന്നു.

ഒരു ഉദ്ദേശ്യവുമില്ലാതെ നടന്നപ്പോൾ എത്തിയത് സ്കൂളിനു തൊട്ടടുത്തുള്ള ചന്ദ്രൻനായരുടെ ചായക്കടയിലായിരുന്നു.

"ന്താ മാഷേ... ന്നു ലീവ്ലാ..."

പതിവില്ലാത്ത നേരത്ത് മാഷ് കടയിൽ വന്നതുകൊണ്ട് ചന്ദ്രൻനായർ അന്വേഷിച്ചു. മറുപടിയൊന്നും പറയാതെ ബാലുമാഷ് പറഞ്ഞു.

"നായരേ... കട്പ്പത്തിലൊരു ചായ..."

ചായ ഊതിയൂതിക്കുടിക്കുമ്പോഴാണ് ചന്ദ്രൻനായർ അരികിൽ വന്ന് സ്വകാര്യമെന്നോണം ചോദിച്ചത്.

"മാഷേ... ഈ അപ്പുക്കിളീച്ചാ എന്താ... മനുഷനോ അതോ ജന്ത്വോ?"

ബാലുമാഷ് അത് പ്രതീക്ഷിച്ചതല്ലായിരുന്നുവല്ലോ. ദൈവമേ! സ്കൂൾ ചുമരിനപ്പുറവും ഇക്കാര്യം വ്യാപിച്ചുകഴിഞ്ഞുവോ! ബാലുമാഷിനു വിഷമം തോന്നി.

ബാലുമാഷ്ടെ മറുപടിക്ക് കാത്തുനിൽക്കാതെ ചന്ദ്രൻനായർ അപ്പോഴും വർത്തമാനം തുടർന്നുകൊണ്ടേയിരുന്നു.

"നമ്മളിങ്ങനെ ചോയ്ച്ചോണ്ടൊന്നും തോന്നര്ത് ട്ടോ മാഷേ. നമ്മടെ കുട്ടീം അഞ്ചാംതരത്ത്ല് അവിടെ പഠിക്ക്ണ്ണ്ടേയ്. മാഷ് ക്ലാസ്സ്ല് പറഞ്ഞതൊക്കെ അവള് വള്ളിപുള്ളി വിടാതെ ഞങ്ങളോട് പറഞ്ഞു. നമ്മടെ പൊട്ടൻ ചെക്കനില്ലേ, ആ കണ്ണൻ, അവനെപ്പറ്റി പറഞ്ഞതായോണ്ടാ ഞങ്ങള് ശ്രദ്ധിച്ചത്. സംഗതി നല്ല രസായിതോന്നി. ബുദ്ധിള്ളോർക്ക് കഥയെഴ്താൻ പറ്റ്യേ ആളോള് എത്രണ്ട് നമ്മടെ എടേല്. കേട്ടപ്പോ നിയ്ക്കും ആ പുസ്തകമൊന്ന് വായിക്കണം ന്നു തോന്നി. മാഷ് ഒന്നതു തര്വോ?"

കുടിച്ച ചായ തൊണ്ടയിൽ കുടുങ്ങിയതുപോലെ ബാലു

മാഷ്ക്ക് തോന്നി. വിമ്മിട്ടപ്പെടുത്തുന്ന ആ വാക്കുകൾക്കിനിയും കാതുകൊടുക്കാനായി അവിടെയിരുന്നാൽ കുടിച്ചതും അന്നു കഴിച്ചതു മുഴുവനും താനിവിടെ ഛർദിച്ചേക്കും.

പകുതി മാത്രം കുടിച്ച് ചായഗ്ലാസ് മേശപ്പുറത്തുവച്ച് ബാലു മാഷ് എണീറ്റു. മാഷ് എണീറ്റതും ഒന്നും പറയാതെ പുറത്തിറങ്ങുന്നതും കണ്ട് ചന്ദ്രൻനായർ ഓടി അടുത്തുവന്ന് ക്ഷമായാചനംപോലെ പറഞ്ഞു.

"മാഷേ... നൊമ്മള് അപ്രിയമായിട്ടെന്തെങ്കിലും പറഞ്ഞോ്വാ... തെറ്റായി എന്തെങ്കിലും..."

"തെറ്റു പറ്റിയത് നിങ്ങൾക്കല്ല. എനിക്കാണ് നായരേ..."

തിരിഞ്ഞുനോക്കാതെ കടയിൽ നിന്നു റോഡിലേക്കിറങ്ങുമ്പോൾ ബാലുമാഷ് പറഞ്ഞു. അപ്പോൾ ആ വാക്കുകൾ നനഞ്ഞിരുന്നു. കണ്ഠം ഇടറിയിരുന്നു.

പാവം! കണ്ണൻ. നടക്കുമ്പോഴൊക്കെയും മാഷുടെ മനസ്സിൽ പെരുകിയത് അവനെക്കുറിച്ചുണ്ടായ സഹതാപമായിരുന്നു.

"മാസേ..."

നേർമുന്നിൽനിന്നൊരു വിളികേട്ട് ബാലുമാഷ് വിചാരങ്ങളിൽ നിന്നുമുണർന്നു നോക്കി.

കണ്ണൻ!

"നീയെങ്ങ്ടാ കണ്ണാ. സ്കൂളിൽ പോയീല്ല്യേ..."

"ഞാവ്വര്ണേല്ലൂ മാസേ... ദാ ദ് കണ്ടോ..."

കൈവെള്ളയിലമർത്തിപ്പിടിച്ച അമ്പതു പൈസാ നാണയം കാണിച്ച് അവൻചിരിച്ചു.

"ന്ന്ച്ചൊന്നും വല്ല്മ്മ തന്ന്ല്ല. വെസ്ന്നു കര്ഞ്ഞപ്പോ പുത്തും കതലേം വാങ്ങിത്തിന്നാളാമ്പതഞ്ഞ് വല്ല്മ്മ തന്ന്താ..."

കണ്ണന്റെ കൈവെള്ളയിലെ നാണയത്തുട്ടിലേക്ക് ബാലുമാഷ് സൂക്ഷിച്ചുനോക്കി. നാണയത്തിൽ തെളിഞ്ഞുകണ്ട ചിത്രം തന്നെ നോക്കി ചിരിക്കുന്നതായി മാഷക്കു തോന്നി...

പിന്നെ മാഷ് അമാന്തിച്ചില്ല. കണ്ണന്റെ കൈപിടിച്ച് ചന്ദ്രൻനായരുടെ ചായക്കടയിലേക്ക് തന്നെ ബാലുമാഷ് തിരിച്ചുകയറി.

അധ്യായം ഏഴ്

നാലഞ്ചു ദിവസത്തേക്ക് കണ്ണനെ കണ്ടതേയില്ല. എവിടെയാണവൻ?

വളരെയധികം ദൂരത്തേക്കല്ല്ല, അധികദിവസങ്ങൾ പിടിക്കുന്നതല്ല്ല, തന്റെ യാത്ര എങ്കിൽ ചിലപ്പോഴൊക്കെ വല്ല്യമ്മ അവനെയും ഒപ്പം കൊണ്ടുപോവും. ചുറ്റുവട്ടത്തിലെ ഏത് ആഘോഷവും

വല്ല്യമ്മ അറിയാതിരിക്കില്ല. ഏതിനായാലും തലേദിവസംതന്നെ വല്ല്യമ്മ ആ വീട്ടിലെത്തും. പിന്നെ രണ്ടുദിവസം അവിടെ പാർത്തിട്ടേ മടങ്ങൂ.

അങ്ങനെ ഒരിടത്തേക്ക് പോയതായിരുന്നു അവർ. വയറുനിറയെ സദ്യ കിട്ടുന്ന കാര്യമല്ലേ. അവർ കണ്ണനെയും ഒപ്പംകൂട്ടി. അങ്ങനെ വല്ല്യമ്മക്കൊപ്പം പോയതാണ് കണ്ണൻ.

അന്വേഷിച്ചപ്പോൾ ബാലുമാഷ് അറിഞ്ഞ വിവരമാണ്.

ഈയിടെയായി ബാലുമാസ്റ്റർ കണ്ണനെക്കുറിച്ച് കൂടുതൽ അന്വേഷിച്ചറിയുന്നുണ്ട്. ദുരുദ്ദേശ്യമുണ്ടായിരുന്നില്ലെങ്കിലും താൻ മൂലമാണല്ലോ കണ്ണന് 'അപ്പുക്കിളി' എന്ന പേര് ലഭിച്ചത് എന്നത് പശ്ചാത്താപമായി മാഷിനെ വലയ്ക്കാറുണ്ട്. അതുകൊണ്ട് കണ്ണനെക്കുറിച്ചുള്ള വിശദവിവരങ്ങളറിയാനും തനിക്കാവുന്ന രീതിയിലവനെ ജീവിതത്തിന്റെ താളക്രമത്തിലേക്ക് ഇറക്കിക്കൊണ്ടുവരാനും ബാലുമാഷ് ആഗ്രഹിച്ചു.

കണ്ണനെക്കുറിച്ച് ബാലുമാഷ് കൂടുതലറിഞ്ഞത് ചായക്കടക്കാരൻ ചന്ദ്രൻനായരിൽ നിന്നുമായിരുന്നു. അയാൾക്ക് കണ്ണന്റെ അച്ഛനെയും അമ്മയെയും നേരിൽ അറിയാമായിരുന്നു. കണ്ണന്റെ കുട്ടിക്കാലവും അയാൾ കണ്ടിട്ടുള്ളതാണ്. അന്നൊന്നും മന്ദബുദ്ധിയുടെ ലക്ഷണങ്ങളൊന്നും കണ്ണൻ പ്രകടിപ്പിച്ചിരുന്നില്ല. ചന്ദ്രൻനായർ പറഞ്ഞു.

"മാഷേ, കണ്ണൻ അന്ന് മിടുമിടുക്കനാർന്നുട്ട്വോ... പക്ഷെ..."

അയാൾ നിർത്തി. കണ്ണനെക്കുറിച്ചുള്ള ഓർമകൾ ഓരോന്നായി പെറുക്കിയെടുത്ത് അയാൾ ബാലുമാഷ്ക്ക് വിവരിച്ചുകൊടുത്തു.

പീടികയിൽ തിരക്കുകുറഞ്ഞ നേരമായിരുന്നു അത്. മേശക്കരികിലെ സ്റ്റൂളിലിരുന്ന്, ബീഡിയൂറ്റിക്കുടിച്ച്, അയാൾ കണ്ണനെക്കുറിച്ചു സംസാരിക്കാൻ തുടങ്ങി.

'ഒരഞ്ചാറു കിലോമീറ്ററ് ബ്ട്ന്നു വടക്കോട്ടങ്ക്ടു മാറ്യാമതി. അവട്യാ കണ്ണന്റെ അമ്മേടെ വീട്. നല്ല ധനസ്ഥിതിയുള്ള കുടുംബം. ആ വീട്ന്റെ പടിപ്പെരേന്റെ വല്പ്പംണ്ടോ കണ്ണന്റെ വീടിന്.

അവടെ അഞ്ചാറു ആണ്ങ്ങൾക്ക് ഇടയില് പൊന്നുപോലെ വളർന്നതാ കണ്ണന്റമ്മ. അവര്ടെ വീട് പെയിന്റടിക്കാൻ വന്ന താത്രേ കണ്ണന്റച്ഛൻ. അവിടെവച്ച് അവര് പരിചയത്തിലായി. കണ്ണന്റച്ഛൻ പെയിന്ററു മാത്രമല്ല, നല്ലൊരു ചിത്രകാരൻ കൂട്യാർന്നത്രേ. ഏതായാവും അവ്ര് തമ്മില് ഇഷ്ടായി. വീട്ടു കാര് അറിഞ്ഞപ്പോ എതിർപ്പായി. കണ്ണന്റമ്മെ പിന്തിരിപ്പിക്കാന് പഠിച്ച പണ്യൊക്കെ നോക്കി. ഒരീസം രണ്ടാളേം കാണാല്ല്യാണ്ടായതോടെ കഥ മാറി. അതോടെ അവര് കണ്ണന്റ മ്മയെ എഴ്തിത്തള്ളി. കണ്ണന്റച്ഛനും അമ്മേം കൂടി കഠിനാധ്വാനം ചീത്ണ്ടാക്കീതാ ഇന്നു കണ്ണൻ താമസിക്കുന്ന വീട്...”

തെല്ലിട നിർത്തി ആലോചന പോലെ ചന്ദ്രൻനായരിരുന്നു. ബാലുമാഷ് സശ്രദ്ധം കേട്ടിരിക്കുകയായിരുന്നു. കണ്ണനെക്കുറി ച്ചറിയാനായ പുതിയ കാര്യങ്ങൾ അയാളെ വേദനിപ്പിച്ചു. ഓരോ ന്നോർത്ത് ഇരിക്കവെ, ചന്ദ്രൻനായർ തുടർന്നു.

“പട്ടണത്തില് പരസ്യക്കമ്പനീല് പെയിന്റിംഗ് പണിയായി കണ്ണന്റച്ഛന്. അമ്മക്കും എന്തോ പണികിട്ടി. അങ്ങനെ അവര് വരവും പോക്കും ഒരുമിച്ചായി. അങ്ങനെ വര്മ്പോ ഒരീസാണ്...”

വർഷങ്ങൾക്കുമുമ്പ് ആ ഗ്രാമത്തിനെ നടുക്കിയ ഒരു അപക ടത്തിന്റെ ഓർമകളിൽ അയാളുലഞ്ഞു. ഒന്നും രണ്ടും ആളുകള ല്ല, ഇരുപത്തിയൊന്ന് പേരെയാണ് ആ അപകടത്തിൽ ഗ്രാമ ത്തിന് നഷ്ടമായത്. നഗരത്തിൽനിന്നും ജോലികഴിഞ്ഞ് മടങ്ങി യവർ കയറി, നല്ല തിരക്കായിരുന്നു ബസ്സിൽ. ഗ്രാമത്തിലേക്കു വരുന്നവഴി എന്താണ് സംഭവിച്ചത് എന്ന് ആർക്കും അറിയില്ല. ബസ് റോഡരികിലുള്ള വലിയൊരു കൊക്കയിലേക്ക് മറിഞ്ഞു. ഒന്നല്ല, ഒരഞ്ചാറുതവണ ഉരുണ്ടു. അതിനിടയിലെങ്ങനെയോ ബസ്സിനു തീ പിടിക്കുകയും ചെയ്തു.

കണ്ണന്റെ അച്ഛനും അമ്മയും ആ ബസ്സിലുണ്ടായിരുന്നു.

“എന്താ ചിയ്യ്യാ... യോഗല്ല്യ. അത്രതന്നെ. അല്ലേങ്കി ഈ കൂരേ കെടന്ന് വളരേണ്ടോനല്ല അവൻ. തള്ളേം തന്തേം അപകടത്തീ പ്പെട്ട് ഇല്ല്യാണ്ടായതോടെ കണ്ണന്റെ കാര്യാ കഷ്ടത്തിലായത്.

ഒരീസം ഞങ്ങളാച്ചെലര് ഓന്റെ അമ്മേടെ വീട്ടിച്ചെന്നു, വിവരമൊക്കെ പറഞ്ഞു. ആ ചെക്കന് ആരൂല്യാ... അദ്നെ അനാഥക്കുട്ടിയാക്കരുത്. നിങ്ങളു കൂട്ടിക്കൊണ്ടുവന്നു നോക്കണംന്ന്. പക്ഷെ, അവര്ണ്ടോ കേക്ക്ണ്. ആര്ക്ക് വേണം ആ പൊട്ടൻ ചെക്കനെ ന്നാ അവര് മൊഖത്തടിച്ചന്ത്യേ ചോയ്ച്ചത്... പിന്നെ ഞങ്ങളാച്ചെലരു കഴീണന്ത്യേ ഓനെ സഹായിക്കും. സ്കൂളില് കഞ്ഞീണ്ടാവോണ്ട് ഉച്ചയ്ക്കങ്ങനെ കഴീം. ആ തള്ള ഒപ്പംണ്ട്ച്ചാല് ഓന് പട്ടിണി കെടക്കണ്ടീര്ല്ല്യാ."

ചന്ദ്രൻനായർക്ക് ഇത്തിരികൂടി പറയാനുണ്ടെന്ന് അയാൾ അവസാനിപ്പിച്ചപ്പോൾ ബാലുമാഷ്ക്ക് തോന്നി. പക്ഷെ, കടയിൽ തിരക്കുകൂടിയിരുന്നു. ആളുകൾ ചായക്കടയിൽ വന്നുതുടങ്ങി. വർത്തമാനം അവസാനിപ്പിച്ച് അയാൾ ജോലിയിലേക്ക് മടങ്ങിയപ്പോൾ ബാലുമാഷും എണീറ്റു.

നടക്കുമ്പോൾ ബാലുമാഷ് ആലോചിച്ചത് കണ്ണനെക്കുറിച്ചു മാത്രമായിരുന്നു. അപ്പോഴാണ് മാഷക്ക് തോന്നിയത്, കണ്ണന്റെ വീടുവരെ ഒന്നു പോയാലെന്താ?"

പാടവരമ്പിലൂടെ നടന്നുവരുന്ന ബാലുമാഷേ അകലെ വച്ചേ കണ്ണൻ കണ്ടു. വല്ല്യമ്മക്കൊപ്പം യാത്രപോയി തിരിച്ചെത്തിക്കഴിഞ്ഞതേ ഉണ്ടായിരുന്നുള്ളൂ അവൻ. എന്തിനാണ് ബാലുമാഷ് വരുന്നത്? അവനു മനസ്സിലായില്ല.

ബാലുമാഷ് തന്റെ വീട്ടിലേക്ക് തന്നെയാണ് വരുന്നത്. സന്തോഷവും സംഭ്രമവും ഒരേസമയം അവനപ്പോൾ അനുഭവിക്കുകയായിരുന്നു.

സ്കൂളിൽ പോയിട്ട് ദിവസം നാലഞ്ചായിരിക്കുന്നു. ചെല്ലാത്തതിന്റെ കാരണമന്വേഷിക്കാൻ ഹെഡ്മാസ്റ്റർ അയച്ചതാവുമോ? ഹെഡ്മാസ്റ്ററിപ്പോൾ കുട്ടിക്കൃഷ്ണൻ മാഷാണത്രേ!

കുട്ടിക്കൃഷ്ണൻമാഷേ കണ്ണന് ഇഷ്ടമല്ല. പേടിയുമാണ്. മാഷ് കണ്ണുരുട്ടി ഒന്നു തുറിച്ചുനോക്കിയാൽ മതി, എത്ര ധൈര്യമുള്ളവനും പേടിച്ചു മൂത്രമൊഴിക്കും. കുട്ടിക്കൃഷ്ണൻ മാഷ്ടെ കണ്ണിൽ പെടാതിരിക്കാൻ കണ്ണൻ ആവുന്നതും ശ്രദ്ധിക്കാറുണ്ട്.

താൻ സ്കൂളിൽ ചെല്ലാത്തതിന്റെ കാരണമന്വേഷിക്കാൻ കുട്ടിക്കൃഷ്ണൻമാഷ് പറഞ്ഞുവിട്ടതാവും. കണ്ണൻ പേടിച്ചു. ഒപ്പം ആശ്വാസവും തോന്നി. ബാലുമാഷ് നല്ലവനാണ്. അവന് മാഷെ ഇഷ്ടമാണ്. ബാലുമാഷ് തന്നെപ്പറ്റി മോശമായി കുട്ടിക്കൃഷ്ണൻ മാഷോടു പറയില്ല...

ആലോചിച്ചു നിൽക്കുന്നതിനിടെ വരമ്പു കടന്ന് ബാലുമാഷ് വീടിന്റെ പടികടക്കുന്നത് കണ്ണൻ കണ്ടു.

അധ്യായം എട്ട്

ചന്ദ്രൻനായരുടെ ചായക്കടയിലിരിക്കുകയായിരുന്നു ബാലു മാഷ്. ഉച്ചയൂണിനു ശേഷമുള്ളൊരു വിശ്രമം. പത്രം അലസമായി മറിച്ചു നോക്കിക്കൊണ്ടിരിക്കുമ്പോഴാണ് അതു കേട്ടത്. ഒരു ആരവം. ശബ്ദം കേട്ടിടത്തേക്ക് ബാലുമാഷ് നോക്കി. മേശയ്ക്കു പിറകിലെ സ്റ്റൂളിലിരിക്കുകയായിരുന്ന ചന്ദ്രൻനായരും അങ്ങോട്ടു നോക്കുന്നുണ്ടായിരുന്നു.

ഗ്രൗണ്ടിൽ കളിച്ചുകൊണ്ടിരുന്ന കുട്ടികൾ പെട്ടെന്ന് സ്കൂൾ

ഗെയിറ്റിലേക്ക് ഓടുന്നതുകണ്ട് ചന്ദ്രൻനായർ ചോദിച്ചു.

"ന്നെന്താ മാഷേ... സ്കൂളിന്റെ ഗെയിറ്റില് പതിവില്ലാണ്ടൊരു ബഹളം..."

ബാലുമാഷും ശ്രദ്ധിച്ചത് അതുതന്നെയായിരുന്നു. ഗെയിറ്റിനരികെ ഒരുപറ്റം കുട്ടികൾ കട്ടകുത്തിനിൽക്കുന്നതും ബഹളം വെയ്ക്കുന്നതുമല്ലാതെ മാഷക്കും മറ്റൊന്നും കാണാനായില്ല.

"ഞാനൊന്നു പോയി നോക്കട്ടെ. കുട്ട്യോള് എന്ത് ഏടാകൂടാ ഒപ്പിച്ചടത്തണത്ന്നറില്ല്യാലോ..."

"അതേയതേ... വേഗം ചെല്ലാ. ബുദ്ധിയൊറക്കാത്ത വഹകളാ. ഇന്നതേ ചെയ്യൂന്നില്ല്യാ. ഒന്നന്വേഷിക്കണത് നല്ലതാ..."

ഗെയിറ്റിലെത്തേണ്ടിവന്നില്ല. അതിനുമുൻപേ ബാലുമാഷ് കണ്ടു. കുട്ടികളിലൊരുവനെ മുമ്പിൽ നടത്തി മറ്റുള്ളവർ ഒരു ഘോഷയാത്രയായി സ്കൂളിലേക്ക് കയറുകയാണ്. പല വർണത്തിലുള്ള വെട്ടു തുണിക്കഷണങ്ങൾകൊണ്ട് തുന്നിയുണ്ടാക്കിയ, കാലറ്റംവരെ ഇറങ്ങിക്കിടക്കുന്ന, കുപ്പായമിടുവിച്ചാണ് മുമ്പിൽ നടക്കുന്നവനെ ആനയിക്കുന്നത്. അവന്റെ തലയിൽ നെറുകയിലിത്തിരിമാത്രം നിർത്തി ബാക്കി മുടിയൊക്കെ വടിച്ചുകളഞ്ഞിരിക്കുന്നു. എക്കും പൊക്കും നിറഞ്ഞ തലയിലെ മിനുസമാക്കിയേടത്തേക്ക് നെറുകയിൽ പൊന്തിനിന്ന മുടിയിഴകൾ ഇളംകാറ്റിൽ മറിഞ്ഞുവീഴുന്നതും വീണ്ടും കാറ്റിലിളകുന്നതും ബാലുമാഷ് കണ്ടു. ആകപ്പാടെ ഒരു കോമാളിവേഷമായി അയാൾക്കതു തോന്നി. ആ വേഷം ആസ്വദിച്ചുകൊണ്ടാണ് കുട്ടികൾ ബഹളം വെക്കുന്നത്.

പുറത്തെ ബഹളം കേട്ട് സ്റ്റാഫ്റൂമിൽനിന്നും മറ്റധ്യാപകർ സ്കൂൾ വരാന്തയിലേക്കിറങ്ങി താൽപ്പര്യപൂർവം സൂക്ഷിച്ചുനോക്കുന്നുണ്ടായിരുന്നു.

"ഹല്ലാ... ആരപ്പാദ്... നമ്മടെ കണ്ണനല്ലേ... അല്ല, നിയ്ക്കു തെറ്റി. ന്താപ്പോ ഓന്റെ ആ പുതിയ പേര്..."

കണ്ണന്റെ ശകാരപ്പേരായി മാറിക്കഴിഞ്ഞ 'അപ്പുക്കിളി' എന്നത് കുട്ടിക്കൃഷ്ണൻമാഷ്ക്ക് ഓർമ വന്നില്ല. ആരോ അതോർമിപ്പിച്ച

പ്പോൾ രസിച്ച മട്ടിൽ കുട്ടിക്കൃഷ്ണൻ മാഷ് തുടർന്നു.

"അദെന്നെ. അപ്പുക്കിളി. ഓന്റെ ഇപ്പത്തെ വേഷം കേമായീ ട്ട്ണ്ടേയ്. കണ്ണാപ്പെടാണ്ടിരിക്കാൻ കായ്ക്കറിക്കണ്ടത്തില് നിർത്താ മ്പറ്റും ഇപ്പോ അവനെ. കരിങ്കണ്ണാ നോക്ക്ന്നെഴ്തി ഒരു ബോർഡും കൂടി ആ കഴിത്തിലങ്ക്ടു തൂക്കേ വേണ്ടൂ... ന്നാ ഒക്കെ തെകഞ്ഞു..."

തന്റെ കട്ടിക്കണ്ണടക്കുള്ളിലൂടെ നോക്കിക്കണ്ട കാഴ്ച രസിക്കു ന്നതിനിടെ കുട്ടിക്കൃഷ്ണൻ മാഷ് പിന്നെയും എന്തൊക്കെയോ പറയുന്നുണ്ടായിരുന്നു. അയാൾക്കരികിൽ നിന്ന സഹപ്രവർത്ത കരാകട്ടെ, ആ വാക്കുകൾ കേട്ടും സ്കൂൾഗ്രൗണ്ടിലെ കാഴ്ചകണ്ടു രസിച്ചും ഉറക്കെയുറക്കെ ചിരിച്ചുകൊണ്ടേയിരുന്നു.

തന്റെ സഹപ്രവർത്തകർ സ്കൂൾ വരാന്തയിൽ നിന്നു കാഴ്ച കണ്ടു രസിക്കുന്നതും പരസ്പരം തമാശകൾ പറഞ്ഞു ചിരി ക്കുന്നതും ബാലുമാഷും കാണുന്നുണ്ടായിരുന്നു. അയാളവരെ ഗൗനിച്ചതേയില്ല. അല്ലെങ്കിലും അവരങ്ങനെയാണ്. കുട്ടികളോ ടോ, അവരെ നേർവഴിക്കു നടത്തേണ്ടുന്നതിൽ തങ്ങൾക്കുള്ള ഉത്തരവാദിത്തത്തിനോടോ, തീരെ ആത്മാർഥതയില്ലാത്തവരാ ണവർ. ശമ്പളക്കാര്യത്തിൽ മാത്രം ശ്രദ്ധ കാണിക്കുന്ന വർഗം. മാഷ് മനസ്സുകൊണ്ട് അവരെ പുച്ഛിച്ചു.

ആ കോമാളി വേഷം കെട്ടിയ കുട്ടി ആരാണ്? അപ്പോഴും അതാരാണെന്ന് ബാലുമാഷ്ക്ക് മനസ്സിലായിരുന്നില്ല. അതു കൊണ്ട് കുട്ടികളെ വകഞ്ഞുമാറ്റി സൂക്ഷിച്ചുനോക്കിയ ബാലു മാഷ് ആളെ തിരിച്ചറിഞ്ഞപ്പോൾ ഞെട്ടിപ്പോയി.

കണ്ണൻ!

പല നിറത്തിലുള്ള വെട്ടുകഷ്ണങ്ങൾ ചേർത്ത് തയ്ച്ചുണ്ടാ ക്കിയ, കാലറ്റം വരെ എത്തുന്ന കോമാളിക്കുപ്പായവുമണിഞ്ഞ് കുട്ടികൾക്കു മുന്നിൽ തലയുയർത്തി കണ്ണനങ്ങനെ നടന്നുനീ ങ്ങുകയാണ്. ഒപ്പം കൂടിയവർ ഒച്ചയെടുക്കുന്നുണ്ടായിരുന്നു.

"ക്ളിയേ... പഞ്ചവർണക്കിളിയേ നടനടോ... നടനട..."

കാലിന്റെ പെരുവിരലിൽനിന്നും എന്തോ തരിച്ചുകയറുന്നതു

പോലെ ബാലുമാഷക്കു തോന്നി. കണ്ണനെക്കുറിച്ചോർത്തപ്പോ ഴാകട്ടെ, മാഷടെ കണ്ണുകൾ നിറയുകയും ചെയ്തു.

ആരോ വേഷം കെട്ടിച്ചു വിട്ടതാണവനെ. അത് ബാലുമാഷ്ക്ക് ഉറപ്പായിരുന്നു. സ്വമേധയാ കണ്ണനിങ്ങനെ ചെയ്യാൻ സാധിക്കി ല്ല.

"എന്താ കണ്ണാ ദൊക്കെ... നിയ്യ്..."

കണ്ണന്റെ മുന്നിലേക്ക് ചാടിക്കയറി അവനെ തടഞ്ഞുനിർത്തു മ്പോൾ അത്രയും ചോദിക്കാനേ ബാലുമാഷക്ക് സാധിച്ചുള്ളൂ. അപ്പോഴേക്കും മാഷ്ടെ തൊണ്ടയിടറിയിരുന്നു.

ബാലുമാഷെ കണ്ടതും, ആ മുഖത്തേക്കു നോക്കി നിഷ്കള ങ്കമായി ചിരിച്ച് കണ്ണൻ ചോദിച്ചു.

"മാസേ... ന്റെ ഉതുപ്പു കന്തോ... നല്ല പങ്ങില്ലേ..."

ആ ചോദ്യം കൂടിയായതോടെ മാഷക്ക് സഹിച്ചില്ല. കണ്ണന്റെ കരണക്കുറ്റിക്ക് അടിക്കാനായി മാഷ് കൈയുയർത്തി. പക്ഷെ, പെട്ടെന്ന് നിയന്ത്രിച്ചു. കണ്ണൻ പാവമാണ്. അവൻ ചെയ്യുന്നത് എന്തെന്ന് അവനറിയുന്നില്ല. അവനെക്കൊണ്ട് ആരോ ചെയ്യി ക്കുന്നതാണ്.

ബാലുമാഷ് തടഞ്ഞുനിർത്തിയതോടെ ബഹളം വെച്ച് ഒപ്പം കൂടിയിരുന്ന കുട്ടികൾ നിശ്ശബ്ദരായി. എന്തോ സംഭവിക്കാനി രിക്കുന്നു എന്ന തോന്നലോടെ അവർ മാഷെയും കണ്ണനെയും മാറിമാറി നോക്കിക്കൊണ്ടുനിന്നു.

"സത്യം പറഞ്ഞോളിൻ... ആരേ ബനേക്കൊണ്ടീ വേഷം കെട്ടി ച്ചത്?"

ബാലുമാഷുടെ ശബ്ദം ഉച്ചത്തിലായി. സ്വതവേ സൗമ്യപ്ര കൃതക്കാരനായ മാഷുടെ മുഖം ദേഷ്യംകൊണ്ടു ചുവന്നതുകണ്ട് കുട്ടികൾ ഭയന്നു. ഇങ്ങനെയൊരു ഭാവത്തിൽ അവർ മാഷെ ഇതിനുമുൻപ് കണ്ടിട്ടേയില്ലായിരുന്നു. അതുകൊണ്ട് മറുപടി പറ യുമ്പോൾ അവർ വാക്കുകൾ പെറുക്കിപ്പെറുക്കിയാണ് സംസാ രിച്ചത്.

"ഞങ്ങളല്ല മാഷേ... ആ സുധാകരൻ മാഷാ ഈ ഉടുപ്പു

തുന്നിച്ചു കൊണ്ടൊന്നതും കണ്ണനോട് അത് ഇട്ടുനടക്കാൻ പറഞ്ഞതും. കലോത്സവത്തിനു പങ്കെടുക്കാനുള്ളതിന്റെ റിഹേഴ്സലാണത്രേ..."

കുട്ടികൾ പറഞ്ഞവസാനിപ്പിച്ചപ്പോൾ ബാലുമാഷ് അമ്പരന്നു. വേദനയിൽ മനസ്സു കരിഞ്ഞു. കഷ്ടം! വേണ്ടത്ര ബുദ്ധിവളർച്ച വരാത്ത ഒരു കുട്ടിയെ സംരക്ഷിച്ചു നടത്തേണ്ടതിനു പകരം എത്ര ക്രൂരമായാണ് പീഡിപ്പിക്കുന്നത്!

അരുത്. ഇതനുവദിക്കരുത്. ഉള്ളിലൊരു പ്രേരണ ശക്തിപ്പെടുന്നതറിഞ്ഞ്, ആജ്ഞാപിക്കുന്നതുപോലെ മാഷ് കണ്ണനോടു പറഞ്ഞു.

"അഴിക്കടാ... നെന്റെ കോമാളി വേഷം. ന്ന്ട്ട് അന്റെ ഉടുപ്പും ട്ട് വേം ക്ലാസ്സീപ്പോ..."

കണ്ണനുണ്ടോ ബാലുമാഷുടെ വാക്കുകൾ കേൾക്കുന്നു! അയാളുടെ ദേഷ്യമൊന്നും അവനെ ഏശിയില്ല. ആ വേഷമഴിച്ചുവെക്കുന്നതിന് അവനു സമ്മതമല്ലായിരുന്നു. ബാലുമാഷെ നോക്കി ഒട്ടും കൂസൽ നടിക്കാതെ കണ്ണൻ പറഞ്ഞു.

"അദ് പറ്റ്ലാ മാസേ... ഇദും ത്തോന്ത് അവതെ മുയ്വനും നതന്നാ കതലമിത്തായി തതാംന്ന് തുതാകരം മാസ് പതഞ്ഞതക്കുന്നു. ച്ച് ആ മുത്തായി മാണം. അത് കിത്താതെ നാൻ ഇത് ഊതൂലാ..."

അപ്പോഴാണ് സുധാകരൻ മാഷ് അവിടേക്കുവന്നത്. അയാളെ കണ്ടതും ബാലുമാഷുടെ സർവനിയന്ത്രണവും പൊട്ടിപ്പോയി. ദേഷ്യംകൊണ്ട് കലിതുള്ളി അയാൾ പൊട്ടിത്തെറിച്ചു.

"എന്താ മാഷേ... ഈ കാണ്ണതൊക്കെ. മാഷും ഉത്തരവാദപ്പെട്ട ഒരാളല്ലേ. ഇങ്ങനെ തോന്നാസ്യത്തിനു മുതിർന്നാലോ..."

"ചൂടാവണ്ട മാഷേ... ദൊക്കെ മാഷന്നെ വരുത്തിവച്ചതാ. ഞങ്ങളാരും ഒരു ക്ലാസിലും ഒരു പുസ്തകോം വായിച്ചു കൊട്ക്കാറ്ല്ല്യ. പഠിക്കണതല്ലാത്ത കാര്യങ്ങളും പഠിപ്പിച്ചുകൊടുത്താ ങ്ങനെ ഒക്കെ ഇരിക്കും. മാഷ് ക്ലാസിലതു വായിച്ചുകൊടുത്തോണ്ടല്ലേ ഈ പൊട്ടന് അപ്പുക്കിളീന്ന്ള്ള പേരു വീണത്. മാഷെന്തേ വിചാ

രിച്ചത്? മാഷു മാത്രോന്നുമല്ല, ഞാനും ഖസാക്കിന്റെ ഇതിഹാസം' വായിച്ച ആളന്ന്യാ. അത്ലേയ് തുന്നക്കാരൻ മാധവന്നായര് പണ്ടൊരു കുപ്പായം തുന്നുണ്ടാക്കി അപ്പുക്കിള്യേ ഇടീച്ചിട്ടുണ്ട്. ഞാനൊന്ന് ട്രയല് നോക്കീതാ... കണ്ടോളൂ. കലോത്സവത്തില് ഞാനിവനെ ഇങ്ങനെ പങ്കെടുപ്പിക്കും. സമ്മാനം ഒറപ്പാ."

സുധാകരൻ മാഷ്ടെ ന്യായീകരണം കേട്ട് ബാലുമാഷ് തരിച്ചുനിന്നു. തന്റെ പ്രവൃത്തിയെ സാധൂകരിക്കാനെന്നവണ്ണം അപ്പോഴും സുധാകരൻമാഷ് തുടരുകയായിരുന്നു.

"മാഷക്ക് ബനെ അപ്പുക്കിള്യാക്കാച്ചാ നിയ്ക്ക് ബനെ ആ വേഷം കെട്ടിക്കും ചെയ്യാം..."

പക്ഷെ, ബാലുമാഷ് ഒന്നും കേൾക്കുന്നുണ്ടായിരുന്നില്ല. അയാളാകെ മരവിച്ചുപോയിരുന്നു. താൻ വായിച്ച വരികൾ ഒരു സ്ക്രീനിലെന്നപോലെ കണ്ണുകൾക്കു മുമ്പിൽ തെളിയുന്നതായി അയാൾക്കു തോന്നാൻ തുടങ്ങി.

"മാധവൻനായർ ഒന്നും പറഞ്ഞില്ല. അയാൾ തുന്നിക്കൊണ്ടിരുന്നു. ജാള്യതയോടെ. പിന്നെ വേദനയോടെ അയാളോർത്തു. അപ്പുക്കിളിക്ക് താനൊരു കുപ്പായം തുന്നിക്കൊടുത്തത്. വെട്ടുതുണികൾ ചേർത്ത് തുന്നി കണങ്കാലോളം വരുന്ന ഒരു അങ്കിക്കുപ്പായം..."

മാധവൻനായർക്കു തോന്നിയ പശ്ചാത്താപം പോലും ഇവർക്കില്ലല്ലോ. ബാലുമാഷ് വിചാരിക്കുകയായിരുന്നു. ഒരു കണക്കിൽ ഇതിനൊക്കെ കാരണക്കാരൻ താനാണ്. അതുകൊണ്ട്...

സമ്മതിച്ചുകൂടാ...

ഇനിയുമീ കോമാളിവേഷം ധരിച്ച് കണ്ണനെയിങ്ങനെ പരിഹാസപാത്രമാക്കിക്കൂടാ. അയാളുറച്ചു.

കണ്ണാ...

ബാലുമാഷ് വിളിച്ചു. ആ ശബ്ദത്തിനിപ്പോൾ ഇടിമുഴക്കത്തിന്റെ ഗാംഭീര്യമുണ്ടായിരുന്നു. അമർത്തിപ്പിടിച്ച ദേഷ്യം അതിലൊളിച്ചു കിടന്നിരുന്നു. തന്നോടുതന്നെ തോന്നിയ അവജ്ഞയും നിഴലിച്ചിരുന്നു.

കണ്ണനരികെ ചെന്ന്, അവൻ ധരിച്ചിരുന്ന കോമാളി വേഷം അയാൾ വലിച്ചുകീറി. വെട്ടുകഷണങ്ങൾ തുന്നൽ വേർപെട്ട്, അതിനിടയിൽ കണ്ണൻ ധരിച്ചിരുന്ന അവന്റെ ഷർട്ടും ട്രൗസറും പുറത്തു കാണാൻ തുടങ്ങി.

എല്ലാവരും നോക്കിനിൽക്കേ, ആ കോമാളിക്കുപ്പായം സുധാകരൻ മാഷുടെ മുഖത്തേക്കു ചുരുട്ടിയെറിഞ്ഞ് കണ്ണന്റെ കൈപിടിച്ചു ബാലുമാഷ് പറഞ്ഞു.

“വാ എന്റെ കൂടെ...”

അധ്യായം ഒൻപത്

ഉച്ചക്കഞ്ഞി കുടിച്ചതോടെ കണ്ണന്റെ വയറു നിറഞ്ഞു. കുപ്പായത്തിന്റെ ബട്ടണുകൾ പൊട്ടിയ ഭാഗത്തിലൂടെ അതു പുറത്തേയ്ക്കുന്തി. ഇന്ന് അവൻ പതിവിലധികം കഞ്ഞി കുടിച്ചു. കാരണമുണ്ട്. തലേന്ന് ഉച്ചക്ക് സ്കൂളിൽനിന്നും കുടിച്ചതാണ്. രാത്രിയിലും അന്നു രാവിലെയും പട്ടിണിതന്നെ. വല്ല്യമ്മ എങ്ങോട്ടോ പോയിരിക്കയാണ്. ദീർഘയാത്രയല്ല. ഒരൊറ്റ ദിവസത്തെ യാത്ര. അതറിഞ്ഞപ്പോൾ കണ്ണനും ഒപ്പം പോവാൻ മോഹിച്ചതാണ്.

പക്ഷെ, വല്ല്യമ്മ സമ്മതിച്ചില്ല. ആ വീട്ടുകാർ കണ്ണനെക്കണ്ടാൽ ആട്ടിയോടിക്കുമത്രേ.

“അത്രയ്ക്കു ഭാഗ്യം ചെയ്തോനല്ലേ നിയ്യ്. ഒക്കെ ഒരു യോഗാ. ഇല്ലെങ്കിൽ നീയും അവിടെത്തന്നെ അവ്ടത്തെ കുട്ട്യായി വളർല്ലേ...”

കണ്ണനെ നോക്കി വല്ല്യമ്മ അങ്ങനെ പറഞ്ഞത് എന്തിനാണെന്നവനു മനസ്സിലായില്ല. താനൊപ്പം ചെന്നാൽ വല്ല്യമ്മക്കു കൂടി അവടെ ചെല്ലാൻ പറ്റാതാകും. അതുമാത്രം അവൻ മനസ്സിലാക്കി. പക്ഷെ, പറയുമ്പോൾ വല്ല്യമ്മ കരയുന്നതെന്തിനാണ്? അതവനു മനസ്സിലായില്ല. വല്ല്യമ്മ കരയുന്നതു കണ്ടപ്പോൾ കണ്ണനു സങ്കടം വന്നു.

വേണ്ട, തന്നെ വേണ്ടാത്ത ആ വീട്ടിൽ തനിക്കും പോണ്ട. വല്ല്യമ്മതന്നെ പോയ്ക്കോട്ടെ. അവൻ തീരുമാനിച്ചു.

എന്നാൽ വല്ല്യമ്മ പോയതുകൊണ്ട് പട്ടിണിയിലായതു കണ്ണനാണ്. കഴിക്കാൻ വീട്ടിലൊന്നും ഉണ്ടായിരുന്നില്ല. സ്കൂളിലെ കഞ്ഞി കുടിച്ചു കഴിഞ്ഞപ്പോഴാണ് വിശപ്പിനൊരു ശമനം വന്നത്. വയറിൽനിന്നുമുയർന്നിരുന്ന ചൂളംവിളികൾ അടങ്ങിയതോടെ നേരിയ ഒരു മയക്കം തോന്നിത്തുടങ്ങി. ഇത്തിരി നേരമൊന്നു തല ചായ്ക്കാൻ പറ്റിയെങ്കിൽ നന്നായിരുന്നു. കണ്ണനാഗ്രഹിച്ചു.

കണ്ണൻ ക്ലാസ് മുറിയിലേക്ക് എത്തിനോക്കി. അവിടെ ആരുമില്ല. ഡസ്കിൽ തലചായ്ച്ച് മയങ്ങാം. അവൻ വിചാരിച്ചു. അങ്ങനെ കിടക്കുമ്പോഴാണ് കണ്ണന്റെ കണ്ണിലതു തടഞ്ഞത്. സരിതയുടെ സ്കൂൾബാഗിനരികെ മറ്റൊരു കറുത്ത ബാഗ് കൂടി ഇരിക്കുന്നു. അതിലെന്താണെന്നവനറിയാം. പലപ്പോഴും അതൊന്നെടുക്കാനും അതിന്റെ സ്വിച്ചിൽ തൊട്ട് ശബ്ദം വരുത്താനും അവനു കൊതി തോന്നിയിട്ടുണ്ട്. പക്ഷെ, സരിത സമ്മതിക്കില്ല. അവളല്ലാതെ മറ്റാരു തൊട്ടാലും അതു കേടുവരും എന്നാണവൾ പറയുക. സ്കൂളിലെ അറിയപ്പെടുന്ന പാട്ടുകാരിയാണവൾ. സാഹിത്യസമാജത്തിനും മറ്റും സരിതയുടെ പാട്ടുണ്ടാവും. സരിത പാടുമ്പോൾ അവളുടെ അരികിലായി ഈ പെട്ടിയുമു

ണ്ടാകും. ശ്രുതിപ്പെട്ടി എന്നാണത്രേ അതിന്റെ പേര്. ഒരിക്കൽ അവൾ കണ്ണന് അതുപറഞ്ഞുകൊടുത്തു. സരിത പാടുമ്പോൾ അവളുടെ പാട്ടിനൊപ്പം ഒരു മൂളൽ ആ പെട്ടിയിൽ നിന്നുമുയരുന്നത് അത്ഭുതത്തോടെ കണ്ണൻ നോക്കിയിരിക്കാറുണ്ട്.

ആ പെട്ടിയാണിപ്പോൾ തൊട്ടപ്പുറത്തെ ഡസ്കിലിരിക്കുന്നത്. ക്ലാസിലാകട്ടെ താനല്ലാതെ മറ്റാരുമില്ല. എങ്കിൽ അതൊന്നെടുത്തു പാടിച്ചു നോക്കിയാലെന്താ? ആരെങ്കിലും വരുന്നതിനു മുമ്പെ തിരിച്ചു ഡസ്കിൽ വച്ചാൽ മതിയല്ലോ.

ആലോചനകൾ ഈ വഴിക്കായപ്പോൾ പിന്നെ കണ്ണന് ഇരിപ്പുറച്ചില്ല. മയക്കം എങ്ങോ പോയൊളിച്ചു. അവൻ പതുക്കെ ശ്രുതിപ്പെട്ടിയിരിക്കുന്ന ഡെസ്കിനരികെ ചെന്നു. അതു സൂക്ഷിച്ച ബാഗിന്റെ സിബ്ബു തുറന്ന് പെട്ടി പുറത്തെടുത്തു.

എങ്ങനെയാണ് ഇതിനെ ശബ്ദിപ്പിക്കുക. അതു കണ്ണനറിയില്ലായിരുന്നു. അവനാ പെട്ടി തിരിച്ചും മറിച്ചും നോക്കി. ഒരെത്തും പിടിയും കിട്ടുന്നില്ല. അവസാനം സ്വിച്ചുപോലെ പൊങ്ങിക്കണ്ട ഒന്നിൽ പിടിച്ച് അവനൊന്നു തിരിച്ചു. ടിക് എന്നൊരു ശബ്ദത്തോടെ അതിലതാ ചെറിയൊരു കുത്തുപോലെ വെളിച്ചം തെളിയുന്നു. അവനൊന്നുകൂടി അതു തിരിച്ചുനോക്കി.

കണ്ണന് ആഹ്ലാദം അടക്കാനായില്ല. അവൻ സ്വിച്ചൊന്നു തിരിച്ചതും താൻ പണ്ടു കേട്ടതുപോലൊരു മൂളൽ അതിൽനിന്നും ഉയരാൻ തുടങ്ങി.സന്തോഷം കൊണ്ടവൻ തുള്ളിച്ചാടി. സ്വിച്ച് അവൻ വീണ്ടും വീണ്ടും തിരിക്കാൻ തുടങ്ങി. തിരിക്കുന്തോറും അതിൽനിന്നുയരുന്ന ശബ്ദവും വലുതായി വലുതായി വന്നു.

ഈ ശബ്ദത്തിന്റെ അവസാനമെന്താണാവോ! അതറിയാനുള്ള മോഹത്തോടെ അവൻ വീണ്ടും ആ നോബ് തിരിച്ചുകൊണ്ടേയിരുന്നു. അപ്പോഴൊക്കെയും ശബ്ദം വലുതായിക്കൊണ്ടിരുന്നത് തുടർന്നുമത് തിരിച്ചുകൊണ്ടേയിരിക്കാൻ കണ്ണനെ പ്രേരിപ്പിച്ചു.

അവസാനം...

ക്ലിക്... ഒരു ചെറിയ ശബ്ദത്തോടെ ശ്രുതിപ്പെട്ടിയുടെ നോബ്

അവന്റെ കയ്യിൽ അടർന്നുപോന്നു. പെട്ടിയിൽനിന്നുമാകട്ടെ അത്യുച്ചത്തിൽ ശബ്ദം പൊങ്ങിക്കൊണ്ടുമിരുന്നു.

ആ ശബ്ദം ആരൊക്കെയോ കേട്ടുകാണണം. കേട്ടവർ കേട്ടവർ കണ്ണനരികിലേക്ക് ഓടിക്കൂടി. അവരുറക്കെ വിളിച്ചുകൂവി.

“സരിതേ... അന്റെ ശ്രുതിപ്പെട്ടി ദാ കണ്ണൻ കേട് വരുത്തുന്നു...”

യൂത്ത്ഫെസ്റ്റിവലിന് അവതരിപ്പിക്കാനുള്ള പരിപാടികളുടെ റിഹേഴ്സലിലായിരുന്നു സരിത. പാട്ടിനു മാത്രമല്ല, പല പരിപാടികളിലും അവൾ പങ്കെടുക്കുന്നുണ്ട്. അവയുടെ റിഹേഴ്സലിൽ മുഴുകിയിരിക്കുമ്പോഴാണ് ആരോ വന്ന് അവളെ അത് അറിയിച്ചത്.

കേട്ടപാതി, അവൾ പങ്കെടുത്തുകൊണ്ടിരുന്ന പരിപാടികൾ നിർത്തി വെച്ച് ഓടി ക്ലാസിലെത്തി. താനറിഞ്ഞതു ശരിതന്നെ.

തന്റെ പ്രിയപ്പെട്ട ശ്രുതിപ്പെട്ടിയതാ കണ്ണന്റെ കൈയിൽ...

സരിതക്കു സഹിച്ചില്ല. അവളുറക്കെ കരഞ്ഞു.

അവളുടെ ഉറക്കെയുള്ള കരച്ചിൽ കേട്ടാണ് കണ്ണന് പരിസരബോധം ഉണ്ടായത്. ശ്രുതിപ്പെട്ടിയുടെ ശബ്ദം നിർത്താനൊരു വഴിയും കാണാതെ പരിഭ്രമിച്ചു നിൽക്കുകയായിരുന്നു അവൻ. സരിതയുടെ കരച്ചിൽ കേട്ടതോടെ അവൻ ഞെട്ടിവിറച്ചു. അതിനിടയിൽ കൈവഴുതി ആ പെട്ടി നിലത്തുവീണു. ഒരു ശബ്ദത്തോടെ അതു കണ്ണന്റെ കാൽക്കീഴിൽ ചിതറി.

അതോടെ സരിതയുടെ കരച്ചിൽ ഉച്ചത്തിലായി. “എന്റെ ശ്രുതിപ്പെട്ടി കണ്ണൻ കേട്വര്ത്ത്യേ...”

കരച്ചിലിനിടെ അവളുറക്കെ പറയുന്നുമുണ്ടായിരുന്നു. വിവരം മറ്റു ക്ലാസ്സുകളിലെ വിദ്യാർഥികൾ അറിയാൻ താമസമുണ്ടായില്ല. അവരും അവിടെയെത്തി. കരയുന്ന സരിതയെയും ഒന്നുമറിയാത്ത ഭാവത്തിൽ തലയുംതാഴ്ത്തി നിൽക്കുന്ന കണ്ണനെയും പൊതിഞ്ഞു.

അധ്യാപകരും വിവരമറിഞ്ഞെത്തി. കൂട്ടത്തിൽ കയ്യിലൊരു ചൂരലുമായി കുട്ടിക്കൃഷ്ണൻ മാഷും എത്തിയിരുന്നു.

അധ്യായം പത്ത്

എത്രദൂരം ഓടി എന്നറിയില്ല. ഏതു വഴിയിലൂടെയെല്ലാമാണ് ഓടിയതെന്നുമറിയില്ല. ഓടുന്ന വഴികളിലെ ദുർഘടങ്ങളെപ്പറ്റി ഓർത്തതേയില്ല. ഒരിക്കലും അവരുടെ പിടിയിൽ പെടരുത്. മനസ്സിലതു മാത്രമേയുണ്ടായിരുന്നുള്ളൂ. പേപ്പട്ടിയെപ്പോലെ, കയ്യിൽ കിട്ടിയാൽ അവർ തന്നെ തല്ലിക്കൊല്ലും. ഇടവഴികൾ പിന്നിട്ട്, കാട്ടുപൊന്തകൾ വകഞ്ഞുമാറ്റി ഓടുമ്പോൾ കണ്ണന്റെ മനസ്സിൽ അതുമാത്രമേ ഉണ്ടായിരുന്നുള്ളൂ. ശരീരം എന്തിലൊക്കെയോ കോറിവലിച്ചിട്ടുണ്ട്. മുറിപ്പാടുകളിൽ ചോര കക്കിക്കിടക്കുന്നു. കാട്ടുവള്ളികളിൽ കുരുങ്ങി കാൽവണ്ണ പൊട്ടിയൊലിച്ചിട്ടുണ്ട്.

ഓടുമ്പോൾ പക്ഷെ, കണ്ണനിതൊന്നും അറിഞ്ഞതേയില്ല.

ആരും തന്നെ പിൻതുടരുന്നില്ലെന്ന് ബോധ്യം വന്നപ്പോഴാണ് വിശ്രമത്തെക്കുറിച്ച് ആലോചിച്ചത്. ആലോചന മനസ്സിൽ പൊന്തിയതും ഓട്ടം പെട്ടെന്നു നിലച്ചു. ബ്രെയ്ക്കിട്ടതുപോലെ കണ്ണൻ നിന്നു. ഇനിയൊരടിപോലും മുന്നോട്ടു പോവാനാവില്ലെന്ന തോന്നലിലേയ്ക്ക് കണ്ണൻ തളർന്നു. കാട്ടുമരങ്ങളും വള്ളിപ്പടർപ്പുകളും ഇടതിങ്ങി വളർന്ന പറമ്പിലൊരിടത്ത്, വലിയൊരു പാറയ്ക്കരികിലെ വിടവിലൊളിച്ച് കണ്ണനിരുന്നു.

അപ്പോൾ മനസ്സിൽ പൊന്തിവന്ന വിചാരം സരിതയുടെ ശ്രുതിപ്പെട്ടിയെക്കുറിച്ചും തുടർന്നുണ്ടായ സംഭവങ്ങളെക്കുറിച്ചുമാണ്. താൻപോലും നിനക്കാത്ത കാര്യങ്ങളാണ് സംഭവിച്ചതെന്ന് കണ്ണനു തോന്നി. ബാഗു തുറന്ന് ശ്രുതിപ്പെട്ടി കയ്യിലെടുക്കുമ്പോൾ ഇങ്ങനെയൊന്നും സംഭവിക്കുമെന്ന് കരുതിയിയതേയില്ല.

അത് കയ്യിൽനിന്നും വഴുതി നിലത്തേക്കു വീണതോടെ കണ്ണന്റെ മനസ്സിലെ സ്വസ്ഥതയും തകർന്നിരുന്നു. വലിയൊരു ശബ്ദത്തോടെ നിലത്തുവീണ് അത് ചിന്നിച്ചിതറുമ്പോൾ ഉടഞ്ഞത് കണ്ണന്റെ മനസ്സു കൂടിയായിരുന്നു. വേണ്ടായിരുന്നു എന്നൊരു തോന്നൽ ഭയമായി തന്നെ പൊതിയുന്നതറിഞ്ഞ കണ്ണൻ ഒന്നിനുമാവാതെ നിസ്സഹായനായി. എന്തും സംഭവിക്കാം ഇനി. ആ തോന്നലിന്റെ മൂർച്ചയിൽ വേദനകൊണ്ടവൻ പുളഞ്ഞു.

കണ്ണൻ പേടിച്ചതുപോലെതന്നെയാണ് സംഭവിച്ചതും. അവനെ ചൂണ്ടി എന്തൊക്കെയോ പറയുന്ന കുട്ടികൾക്കിടയിലേക്കാണ് കുട്ടിക്കൃഷ്ണൻമാഷ് കടന്നുവന്നത്. മാഷെ കണ്ടതോടെ, കയ്യിലെ ചൂരൽ കണ്ടതോടെ, കുട്ടികൾ ഒരുവശത്തേക്കൊതുങ്ങിനിന്നു. മറ്റ് അധ്യാപകരാകട്ടെ എല്ലാറ്റിനും സാക്ഷികളെന്ന മട്ടിൽ നിസ്സംഗരായും നിന്നു. സരിത അപ്പോഴും കരച്ചിൽ നിർത്തിയിരുന്നില്ല.

സ്വതവേ തുറുകണ്ണനായ കുട്ടിക്കൃഷ്ണൻമാഷുടെ കണ്ണുകൾ ഒന്നുകൂടി പുറത്തേയ്ക്കുന്തി. ചുവന്ന കണ്ണുകളിൽ ദേഷ്യം തീപിടിക്കുന്നത് കണ്ണനു കാണാമായിരുന്നു. ചിതറിക്കിടന്ന ശ്രുതി

പ്പെട്ടിയെയും നിലവിളിച്ചുകൊണ്ടിരിക്കുന്ന സരിതയെയും മാറി മാറി നോക്കി കുട്ടിക്കൃഷ്ണൻമാഷ് കണ്ണന്റെ അടുത്തേക്കു വന്നു.

"എന്താടാ... ബടെ എന്തേണ്ടായ്യേ?"

എന്താണ് പറയേണ്ടത്? കണ്ണന് ഒന്നും തോന്നിയില്ല. തെറ്റു മുഴുവനും തന്റേതാണ്. താൻ ആ ശ്രുതിപ്പെട്ടി എടുക്കരുതായിരുന്നു. അതെടുത്തതുകൊണ്ടല്ലേ ഇങ്ങനെ സംഭവിച്ചത്. ഒന്നും ബോധപൂർവമായിരുന്നില്ല. അബദ്ധം പറ്റിയതാണ്. പക്ഷെ, അങ്ങനെ പറഞ്ഞാൽ ആര് വിശ്വസിക്കാനാണ്. കുട്ടിക്കൃഷ്ണൻമാഷുടെ ചോദ്യങ്ങൾക്ക് ഒന്നും മറുപടി പറയാതെ നിൽക്കുന്നതാവും ഇപ്പോൾ ഉചിതം. അതുകൊണ്ട് കുട്ടിക്കൃഷ്ണൻ മാഷുടെ അന്വേഷണത്തിന് കണ്ണൻ പ്രതികരിച്ചില്ല.

"എടാ പൊട്ടാ... നെന്നോടല്ലേ ചോയ്ക്കണത്?

എന്തേണ്ടായ്യ്യേ, നിന്റെ നാക്കെറങ്ങിപ്പോയ്യ്യോ"

ഒന്നും മിണ്ടാതെ നിൽക്കുന്ന കണ്ണനെക്കണ്ട് കുട്ടിക്കൃഷ്ണൻമാഷ്ക്ക് ദേഷ്യം വർധിച്ചു. കണ്ണന്റെ കൈപിടിച്ചു വലിച്ചു മാഷ് പറഞ്ഞു.

"ബടെ വാടാ... നെന്നെ ഒന്ന് എല്ലാവരും കാണട്ടെ..."

ഒഴിഞ്ഞൊരു ഭാഗത്തേക്ക് കണ്ണനെ മാറ്റിനിർത്തി ചൂരൽ കൊണ്ട് അവന്റെ ശരീരത്തിൽ കുത്തിക്കൊണ്ട് മാഷ് അവനെ ഭയപ്പെടുത്താൻ ശ്രമിച്ചു. പക്ഷെ, കണ്ണനിലൊരു വികാരവും ഉണ്ടാവാത്തത് അയാളെ നിരാശനാക്കി.

"കണ്ട്ല്ലേ്യ... ചെക്കന്റൊരഹമ്മദി. പറേപ്പിക്കാൻ പറ്റ്വോന്ന് ഞാനൊന്നു നോക്കട്ടെ."

പറഞ്ഞതും കുട്ടിക്കൃഷ്ണൻമാഷ് അടിതുടങ്ങി. ചുവന്ന ചൂരൽ കണ്ണന്റെ ശരീരത്തിൽ തലങ്ങും വിലങ്ങും കയറിയിറങ്ങി. കണ്ണിൽനിന്നും പൊന്നീച്ച പാറുന്നതുപോലെ കണ്ണനുതോന്നി. എന്നിട്ടും അവനൊരെതിർപ്പും പ്രകടിപ്പിച്ചില്ല. എല്ലാം സഹിക്കണം. ഈ ശിക്ഷ അനുഭവിക്കുകയല്ലാതെ മറ്റു വഴികളൊന്നും മുമ്പിലില്ല. അതുകൊണ്ട് തളരരുത്... കരയരുത്... എത്ര വേണമെങ്കിലും തന്നെ ശിക്ഷിച്ചോട്ടെ. സങ്കടപ്പെടില്ല. വേദന കടിച്ച

മർത്തി നിൽക്കുമ്പോൾ കണ്ണന്റെ മനസ്സിലെ വിചാരങ്ങളങ്ങനെ യായിരുന്നു.

താനിത്രയൊക്കെ അടിച്ചിട്ടും കണ്ണനൊരു ഭാവമാറ്റവുമില്ലല്ലോ എന്നു കണ്ടതോടെ കുട്ടിക്കൃഷ്ണൻമാഷുടെ ദേഷ്യം വല്ലാതെ വർധിച്ചു. കണ്ണന്റെ മൗനവും എതിർപ്പില്ലായ്മയും അവന്റെ അഹ ങ്കാരമായി മാഷ് കണക്കാക്കി. എങ്കിൽ അവന്റെ അഹങ്കാരം തീർത്തേ താനിനി ഇവിടെനിന്നും മടങ്ങൂ. കുട്ടിക്കൃ ഷ്ണൻമാഷക്കും വാശി വർധിക്കുകയായിരുന്നു. അതോടെ കയ്യി ലിരുന്ന ചൂരൽ പൂർവാധികം ശക്തിയോടെ കണ്ണന്റെ ശരീരത്തിൽ പതിച്ചു. ട്രൗസറിന് കീഴെ തെളിഞ്ഞുകണ്ട തൊലിപ്പുറത്തും കൈവെണ്ണയിലുമൊക്കെ മുറിവുകൾ ഉണ്ടാവാൻ തുടങ്ങി. അവ യിൽനിന്നും ചോര നിലത്തേയ്ക്കിറ്റിവീണു. കുട്ടിക്കൃ ഷ്ണൻമാഷുടെ ക്രൂരത ചുറ്റിലും നിന്ന കുട്ടികളും കാണുന്നു ണ്ടായിരുന്നു. കണ്ണന്റെ ശരീരം മുറിയുന്നതും ചോരത്തുള്ളികൾ ഇറ്റുവീഴുന്നതും കണ്ട് അവർക്കവനോട് സഹതാപം തോന്നി. ചില പെൺകുട്ടികൾ തേങ്ങിക്കരയാൻ തുടങ്ങിയിരുന്നു.

കണ്ടുനിന്ന അധ്യാപകരിൽ ചിലർക്ക് കുട്ടിക്കൃഷ്ണൻ മാഷുടെ ക്രൂരത അധികമായി എന്നൊരു തോന്നലുണ്ടായി. കണ്ണന്റെ പ്രവൃത്തി നന്നായി എന്ന അഭിപ്രായക്കാരല്ല അവരും. പക്ഷെ, അതിനിത്ര വലിയ മർദനം ആവശ്യമാണോ? പകര മൊന്നു വാങ്ങിക്കൊടുത്താൽ തീരാവുന്നതല്ലേയുള്ളൂ പ്രശ്നം. അവരിൽ ചിലരതു പരസ്പരം ചർച്ച ചെയ്യുകയും ചെയ്തു.

“മതിമാഷേ... അയ്നെ ഇനീം തല്ല്യാ പാപം കിട്ടും. ബുദ്ധി സ്ഥിരതല്ല്യാത്തോനാന്നോർക്കണം”.

അധ്യാപകരിലാരോ പറഞ്ഞത് കുട്ടിക്കൃഷ്ണൻമാഷുടെ ദേഷ്യത്തിന് ശക്തി കൂട്ടാനേ ഉപകരിച്ചുള്ളൂ.

“പറ്റ്യാ എന്താച്ചാ അങ്ക്ടു പറ്റട്ടെ... ബനെ ഒരു പാഠം പഠിപ്പി ക്കാൻ നിക്കാവ്വോന്നു ഞാൻ നോക്കട്ടെ...”

കുട്ടിക്കൃഷ്ണൻമാഷ് കിതക്കുന്നത് അകലെ നിൽക്കുന്ന വർക്ക് പോലും കേൾക്കാമായിരുന്നു. എന്നിട്ടും മർദനമവസാ

നിപ്പിക്കാൻ മാഷ് തയ്യാറായില്ല.

"ചെക്കൻ മഹാ തെമ്മാട്യാ... ചത്താ അങ്ക്ടു ചത്തോട്ടെ. ആരക്കാ ചേതം. ബനെ ആര്ക്കാ ബേണ്ടു? കുറ്റാണ്ടോ തന്തേം തള്ളേം ചത്തത്. ഒക്കെ ഇവന്റെ കാൽവരീടെ ഗുണാ..."

കുട്ടിക്ക്യഷ്ണൻമാഷ് പിന്നെയും എന്തൊക്കെയോ ഉറഞ്ഞു തുള്ളിക്കൊണ്ടിരുന്നു. കണ്ണനതൊന്നും ശ്രദ്ധിച്ചില്ല.

പക്ഷെ, കണ്ണന് അധികനേരം പിടിച്ചുനിൽക്കാനായില്ല. കുട്ടിക്ക്യഷ്ണൻമാഷുടെ വാക്കുകൾ അവനെ ഉലച്ചു. അവന്റെ മാനസികനിലയെ തകർത്തു. അവന്റെ ഞരമ്പുകളിൽ രക്തം പതഞ്ഞു.

കണ്ണന് എന്തും സഹിക്കാം. ഏതു ശിക്ഷയും ഏറ്റുവാങ്ങാം. പക്ഷെ, ഒന്നുമാത്രം അവൻ സഹിക്കില്ല. അവന്റെ അമ്മയെക്കുറിച്ച് ആരെങ്കിലും ചീത്തവാക്ക് പറഞ്ഞാൽ അവനു ക്ഷമിക്കാനാവില്ല.

കുട്ടിക്ക്യഷ്ണൻമാഷ് പറഞ്ഞുകൊണ്ടിരുന്നത് അവന്റെ അമ്മയെക്കുറിച്ചായിരുന്നു. ഒക്കെ മോശപ്പെട്ട കാര്യങ്ങൾ. അവ അവന്റെ മനസ്സിൽ തുളച്ചുകയറി. അതോടെ അവന്റെ ഭാവം മാറി. അവനെല്ലാം മറന്നു. ഒരു തിരിയുന്ന തീക്കുടുക്കപോലെ അവൻ വട്ടം കറങ്ങി.

എന്തൊക്കെയാണ് താൻ കാട്ടിക്കൂട്ടിയതെന്ന് അവനു തന്നെ ഓർമയില്ലായിരുന്നു. കുട്ടിക്ക്യഷ്ണൻമാഷുടെ കയ്യിൽനിന്നും ചൂരൽ പിടിച്ചുവാങ്ങിയതും അതയാൾക്കുനേരെ പ്രയോഗിച്ചതും അവനോർമയുണ്ട്. കലിയുടെ ശക്തി തണുത്തപ്പോൾ നിലത്തു കിടന്നു പിടയുന്ന മാഷെയാണ് കണ്ടത്. ശരീരത്തിലെ മുറിവുകളിൽ നിന്നു ചോരയൊലിപ്പിച്ച് മാഷ് നിലത്തുകിടന്നു പിടയുകയായിരുന്നു.

പിന്നെ കണ്ണനവിടെ നിന്നില്ല. താൻ ചെയ്തതെന്തെന്ന് അവനു ബോധ്യമായി. ധൃതിയിൽ പുറത്തു കടക്കുമ്പോൾ രക്ഷപ്പെടണമെന്ന മോഹമേ അവന്റെ മനസ്സിലുണ്ടായിരുന്നുള്ളൂ.

അധ്യായം പതിനൊന്ന്

കാട്ടുപൊന്തകളും വള്ളിപ്പടർപ്പുകളും ഇടതിങ്ങി വളർന്ന് ഇരുട്ടു കയറിയ വിജനമായ ആ പറമ്പിൽ ഇരിക്കുമ്പോൾ കണ്ണന് ഉറക്കം വരുന്നുണ്ടായിരുന്നു. പേടിച്ചരണ്ട മനസ്സും ഓടിത്തളർന്ന ക്ഷീണവും കാരണം ഉറക്കത്തിലേക്ക് അവനറിയാതെ വഴുതി വീഴുകയായിരുന്നു. ഉറക്കത്തിലേക്കലിയുന്ന കണ്ണന് താരാട്ടുപാട്ടുപോലെ പക്ഷികൾ ചിലച്ചു. ഇളംകാറ്റ് തഴുകിത്തലോടി.

അങ്ങനെ ഉറങ്ങിക്കൊണ്ടിരിക്കെ, അവനൊരു സ്വപ്നം കണ്ടു. ശരീരത്തിലെ മുറിവുകൾ വേദനയുണ്ടാക്കുന്നുണ്ടായിരുന്നു. അസ്വസ്ഥതയിൽ കിടന്ന് പിടയവെ, ആരോ അവനെ പേരെടുത്ത് വിളിക്കുന്നതായി അവന് തോന്നി. ആരോ തനിക്കരികിൽ വന്ന് നിൽക്കുന്നതായും.

അമ്മ... തന്റെ പ്രിയപ്പെട്ട അമ്മ. കാവിലമ്മയുടെ പ്രതിഷ്ഠക്ക് ഇരുവശവും കത്തിനിന്ന വിളക്കുകളുടെ ജ്വാലകൾക്കിടയിലൂടെ തന്നെ നോക്കി ചിരിച്ചുനിൽക്കാറുള്ള അമ്മ. പക്ഷെ, ഇപ്പോൾ അമ്മയുടെ മുഖത്ത് സന്തോഷമില്ല. വാത്സല്യഭാവമില്ല. പുഞ്ചിരിയില്ല. ആ മുഖം ദേഷ്യംകൊണ്ട് കറുത്തിരിക്കുന്നു. കണ്ണുകളിൽ സങ്കടം തളംകെട്ടിയിട്ടുണ്ട്. അമ്മ കരയുകയാണ്, ഒപ്പം ശകാരിക്കുന്നുമുണ്ട്.

“എന്തൊക്കെ വൃത്തികേടുകളാണ് കണ്ണാ നീ കാട്ടിയത്? സ്കൂളിൽ വികൃതി കാണിച്ചതും പോര, മാഷന്മാരെ ഉപദ്രവിക്കുകയും ചെയ്യ്വാ. ഇതിനാണോ നീയെന്നെ നിത്യവും രാവിലെ വന്ന് കാണുന്നത്? കാണുമ്പോൾ ഞാൻ നിന്നോട് പറയാറുള്ളതൊക്കെ നീ മറന്നോ... വേണ്ട... എനിക്കിനി നിന്നെ കാണണ്ട. നീയിനി കാവിലമ്മയെ കാണാൻ വരണ്ട. എനിക്ക് നിന്നെ വെറുപ്പാ. പോയ്ക്കോ... എവിടെയെങ്കിലും പോയ്ക്കോ...”

അമ്മയുടെ തേങ്ങിക്കരച്ചിലുകളുടെ ശബ്ദം കണ്ണന്റെ കണ്ണുകളെയും നിറച്ചു. അവന് സഹിക്കാനായില്ല. അമ്മേ... ഉറക്കെ വിളിച്ച് ആ കാൽക്കൽ വീണ് ചെയ്ത തെറ്റുകൾക്ക് മാപ്പിരക്കാൻ അവൻ ആഗ്രഹിച്ചു.

മേലിൽ തെറ്റുകൾ ആവർത്തിക്കില്ലെന്ന് പ്രതിജ്ഞയെടുക്കാൻ മോഹിച്ചു. അവനുറക്കെ വിളിച്ചു.

“അമ്മേ...”

പക്ഷെ, അമ്മ വിളി കേട്ടതേയില്ല. ഒന്നും പറയാതെ അവരെങ്ങോട്ടോ പോയ്മറഞ്ഞു. കണ്ണനെ കാണാനോ സംസാരിക്കാനോ ഇഷ്ടപ്പെടാതെ...

അമ്മ വഴക്കിട്ടത് കണ്ണനെ സങ്കടപ്പെടുത്തി. ദുഃഖം പെരുത്ത്

തളർന്ന് അവനുറക്കെ വിളിച്ച് കൊണ്ടേയിരുന്നു.

"അമ്മേ... അമ്മേ..."

"ആരാടാ അവടെ..."

എവിടെനിന്നോ ഒരു ശബ്ദം ഉയർന്നത് കണ്ണൻ കേട്ടു. വാക്കുകൾ കുഴഞ്ഞ ശബ്ദത്തിലായിരുന്നെങ്കിലും ആ അന്വേഷണത്തിന് കനമുണ്ടായിരുന്നു. അപ്രതീക്ഷിതമായി അങ്ങനെയൊരു ശബ്ദം കേട്ട് കണ്ണൻ ഞെട്ടി. കണ്ണുതുറന്ന് നോക്കിയപ്പോഴാകട്ടെ, മുമ്പിൽ മരവിച്ച ശൂന്യതമാത്രം.

അരിച്ചെത്തുന്ന ഇരുട്ടിന് വഴികാണിച്ച് നാട്ടുവെളിച്ചം പടരാൻ തുടങ്ങുന്നത് അവൻ കണ്ടു.

അപ്പോൾ അമ്മ... തന്നെ പേടിപ്പിച്ച ശബ്ദം...

ഒക്കെ അവശ്വസനീയത കലർന്ന കാര്യങ്ങളായി കണ്ണന് തോന്നി. താനിതുവരെ ഒരു സ്വപ്നത്തിലായിരുന്നോ? അവന് വിശ്വസിക്കാനായില്ല. താനിപ്പോൾ എവിടെയാണ്? ഒന്നും മനസ്സിലാവാത്തതുപോലെ കണ്ണൻ ചുറ്റിലും നോക്കി.

കാട്ടുവള്ളികളും ചോലമരങ്ങളും ഇടതൂർന്ന് വളർന്ന ഒരു വലിയ പറമ്പിൽ താനൊറ്റക്കാണെന്ന് മാത്രം അവനറിഞ്ഞു. എങ്ങുനിന്നോ ഒഴുകിയെത്തുന്ന ഒരിളംകാറ്റ് അവനെ മുട്ടിയുരുമ്മി കടന്നുപോവുമ്പോൾ സ്വകാര്യമായി പറഞ്ഞു.

"കണ്ണാ... നീ സ്വപ്നം കണ്ടതാ... ഇപ്പോ നീവന്നു പെട്ടടക്കണതെവട്യാന്ന് നിനക്കറിയോ... നോക്ക്..."

അപ്പോൾ താൻ കണ്ടതും കേട്ടതും വെറും സ്വപ്നമായിരുന്നോ? വിശ്വസിക്കാൻ ബുദ്ധിമുട്ടോടെ അവൻ വീണ്ടും ചുറ്റുപാടുകൾ സൂക്ഷ്മമായി നിരീക്ഷിച്ചു.

അടുത്തൊരിടത്തതാ... കനക്കുന്ന ഇരുളിലേക്ക് ദൃഷ്ടി പായിച്ച് കറുത്ത ഒരാന. നിശ്ചലമായി ആരെയോ ധ്യാനിച്ചെന്ന പോലെയായിരുന്നു ആനയുടെ നിൽപ്. പക്ഷെ, സൂക്ഷിച്ച് നോക്കിയപ്പോൾ അവന് മനസ്സിലായി. അത് ആനയല്ല. താൻ കാണാനാഗ്രഹിച്ച പലപ്പോഴും അടുത്തെത്തി പേടിച്ച് പിന്മാറാറുള്ള ആനപ്പാറയാണ്. ഭഗവതിയുടെ ശാപത്തിന്റെ ശക്തികൊണ്ട്

ജീവിതം കല്ലിച്ച ആന...

അതിനരികിലാണ് താനിപ്പോൾ.

അപ്പോഴാണ് ആനപ്പാറക്കപ്പുറത്തുനിന്നും ചില അവ്യക്ത സംസാരങ്ങൾ കണ്ണന്റെ ചെവിയിൽ ഇഴഞ്ഞെത്തിയത്. ആരായിരിക്കുമത്? ആരോ അപ്പുറത്തുണ്ടെന്നവന് വ്യക്തമായി. അതോടെ അവന് പേടി തോന്നി. ഒരുപക്ഷെ തന്നെ പിടിക്കാൻ പതുങ്ങിയിരിക്കുന്നവരാവുമോ?

അപകടം അപ്പോഴും വിട്ടുമാറിയിട്ടില്ല. അമ്മയുടെ പരിഭവത്തിൽ സങ്കടപ്പെട്ട കണ്ണന്റെ മനസ്സിൽ ഭയം നിറഞ്ഞു. അരുത്... അവർക്ക് പിടികൊടുക്കരുത്. രക്ഷപ്പെടണം.

രക്ഷപ്പെടുവാനുള്ള വ്യഗ്രതയിൽ എണീറ്റ് കണ്ണൻ രണ്ടടി മുന്നോട്ട് നടന്നതേയുള്ളൂ. കാലിലെന്തോ ചുറ്റുന്നതും അതു തന്നെ പിറകോട്ട് വലിക്കുന്നതും അറിഞ്ഞ കണ്ണൻ നിസ്സഹായനായി നിലവിളിച്ച് നിലത്ത് വീണു.

"ആഴാഴാദ്... നേരത്തേം കേൾത്തൂലോ ഒരു ശബ്ദം..."

അപ്പോഴേക്കും ഇരുട്ട് പടർന്നിരുന്നു. ഇരുട്ടിൽ ഒന്ന് രണ്ട് ടോർച്ച്ലൈറ്റുകൾ തെളിയുന്നതും അത് തനിക്ക് നേരെ അടുക്കുന്നതും കണ്ണൻ കണ്ണുകൾ ഇറുക്കിയടച്ചു കിടന്നു.

അവരടുത്തുവന്നത് കണ്ണനറിഞ്ഞു. കണ്ണുകൾ തുറക്കാതെ, അവൻ നിലത്തോട് പറ്റിച്ചേർന്ന് കിടന്നു. അവനരികിൽ മുട്ടുകുത്തിയിരുന്ന് അവർ അവനെ പരിശോധിക്കാൻ തുടങ്ങി. ഇല്ല... ശ്വാസം നിലച്ചിട്ടില്ല. ആരാണിവൻ? ടോർച്ച്ലൈറ്റിന്റെ വെളിച്ചത്തിൽ പരിശോധിച്ചുകൊണ്ടിരുന്നവരിലൊരാൾ കണ്ണനെ തിരിച്ചറിഞ്ഞു.

"ഡാ. ദ്മ്മടെ ആ പൊട്ടൻ ചെക്കനാ. ഡാ..."

അവരവനെ കുലുക്കിയുണർത്തി.

"ഡാ.. ണീക്കടാ... നേരം മോന്ത്യായി... ബടെക്കിടന്നാ വല്ല ജന്തുക്കളും അന്നെ കടിച്ചുതിന്നും".

അവർ നിർബന്ധിച്ച് കണ്ണനെ തങ്ങളോടൊപ്പം കൂട്ടി. തങ്ങളിരുന്ന സ്ഥലത്തെത്തിയപ്പോൾ കണ്ണനോടവിടെ ഇരിക്കാൻ

പറഞ്ഞു.

"ബടെ ഇരിക്ക്. ഞങ്ങളു പോവുമ്പോ അന്നേം കൊണ്ടുപോവാം..."

ആനപ്പാറയുടെ മറവിൽ മദ്യപിക്കാനെത്തിയവരായിരുന്നു അവർ. ആ വിജനമായ സ്ഥലത്ത് അവർക്കതിന് നല്ല സൗകര്യമുണ്ടായിരുന്നു. കണ്ണനെ അരികിലിരുത്തി അവർ മുറിഞ്ഞുപോയ തങ്ങളുടെ മദ്യപാനം വീണ്ടും ആരംഭിച്ചു.

കുറേയേറെ മദ്യം അകത്തുചെന്നപ്പോഴാണ് അവർ കണ്ണനെ ഓർത്തത്. അവൻ തങ്ങൾക്കരികിൽ ഇരിക്കുന്നത് അവരെപ്പോഴോ മറന്നുപോയിരുന്നു. അവർ അവനെ സൂക്ഷ്മമായി വീണ്ടും പരിശോധിക്കാനാരംഭിച്ചു. കണ്ണൻ ഒരിക്കലും വന്നെത്താനിടയില്ലാത്ത സ്ഥലമാണതെന്ന് അവർക്കറിയാമല്ലോ. പിന്നെ ഇപ്പോൾ അവനെന്തിനിവിടെ വന്നു? അവർക്കത് അറിയണമായിരുന്നു,

അവരന്വേഷിച്ചപ്പോൾ കണ്ണൻ നടന്ന കാര്യങ്ങൾ മുഴുവനും പറഞ്ഞു. അപ്പോഴാണവർ കണ്ണന്റെ ശരീരത്തിലെ മുറിപ്പാടുകൾ ശ്രദ്ധിച്ചത്.

'പാവം ട്ടഡാ... ഈ ചെഴ്ക്കൻ ഒരുപാട് കൊണ്ടഴ്ക്ക്ണ്..."

അവരവന്റെ ശരീരത്തിൽ അപ്പോഴും ചോരയൊലിച്ചുകൊണ്ടിരുന്ന മുറിവുകൾ നോക്കി സഹതപിച്ചു.

"സാഴല്ല്യഡാ... അനക്ക് ഞങ്ങഴ്ല്ല്യേ..." ആശ്വസിപ്പിച്ച അവർ തുടർന്നു.

'ദ്ങ്ങനെ വിഴാമ്പാഴില്ല. മ്മക്ക് പകരം ചോയ്ക്കണം. ഈ ഷാഡൂനെ മക്കാറാക്ക്യ ഒര്ത്തനേം വിടര്ത്."

പറയുമ്പോൾ അവരുടെ കണ്ണുകൾക്ക് ചെമ്പരത്തിപ്പൂവിന്റെ നിറമാണെന്ന് അവരടിച്ചുകൊണ്ടിരുന്നു ടോർച്ചിന്റെ വെളിച്ചത്തിൽ കണ്ണൻ കണ്ടു. ചാരായത്തിന്റെ ലഹരി തലക്കുപിടിച്ച അവർ കണ്ണന്റെ കൈകൾ കൂട്ടിപ്പിടിച്ച് പറഞ്ഞു.

"പകരം ചോഴ്ച്ചണംച്ചാ ദൈര്യം വേണം... അദ്ന് ദാ ദ്ത്തിരി അങ്ക്ഴ് അണ്ണാക്ക്ല് ഒഴ്ച്ചോ. എല്ലാ വേഴ്ദനേം മാഴും ചിയ്യും..."

കണ്ണൻ അമ്പരന്നു. കള്ളു കുടിക്കുകയോ! ജീവിതത്തിലിതു വരെ അവനതു കൈകൊണ്ടുപോലും തൊട്ടിട്ടില്ല. അവരുടെ നിർദേശം സ്വീകരിക്കാൻ അവന് മനസ്സുവന്നില്ല.

"അദ് പറ്റല്ല്യ... യ്യ് ത്തിരി കുട്ച്ചേ പറ്റൂ..."

അവരവനെ നിർബന്ധിക്കാൻ തുടങ്ങിയതോടെ കണ്ണൻ നിസ്സഹായനായി. അവരുടെ വായിൽനിന്നും അവന്റെ മുഖത്തേക്കടിച്ചുകൊണ്ടിരുന്ന ചാരായത്തിന്റെ രൂക്ഷഗന്ധം അവനെ അസ്വസ്ഥനാക്കി.

അപ്പോൾ അവനറിഞ്ഞു. ഒരു തണുത്ത കാറ്റ് അവനെ തലോടുന്നു. അമ്മയുടെ പതിവു തലോടൽ പോലെ. ആരോ ചെവിയിൽ മന്ത്രിക്കുന്നു.

"കണ്ണാ... വേണ്ട... ഓട്... ഓടിരക്ഷപ്പെട്..."

പിന്നെ കണ്ണനവിടെ ഇരുന്നില്ല. എവിടെനിന്നോ ലഭിച്ച കരുത്തിൽ അവനോടി...

വീണ്ടും എങ്ങോട്ടെന്നറിയാതെ...

കട്ടകുത്തിയ ഇരുട്ടിലൂടെ...

അധ്യായം പന്ത്രണ്ട്

ഇരുട്ടിൽ കണ്ണുകാണാതെ അലഞ്ഞപ്പോഴും കണ്ണൻ എവിടെയും തട്ടിവീണില്ല. വീഴുമെന്നു തോന്നുമ്പോഴൊക്കെ ആരോ തന്നെ താങ്ങുന്നതുപോലെ അവനു തോന്നി. കിതച്ചു ക്ഷീണിച്ച് ഇത്തിരി നേരമിരിക്കാൻ കൊതിക്കുമ്പോഴൊരു ശബ്ദം ചെവിയിൽ ഊർജമായി നിറയും.

"കണ്ണാ ഓടിക്കോ... നേരെ നടന്നോ... നിനക്കൊന്നും സംഭവിക്കില്ല".

അതുകൊണ്ട് ഓടിയും നടന്നും അവൻ ഏറെദൂരം പിന്നിട്ടു. തിരിഞ്ഞു നോക്കിയപ്പോൾ പിന്നിട്ട വഴി ഇരുട്ടിലലിഞ്ഞു പോയതുകൊണ്ട് എത്ര ദൂരം നടന്നുതീർത്തു എന്നവനു കണക്കുകൂട്ടാനും പറ്റാതായി.

ഏറെ ചെന്നപ്പോഴേക്കും അവൻ തളർന്നുപോയിരുന്നു. അനു

ഭവിച്ച വഴിയിലെ അപരിചിതത്വം ക്ഷീണമായി അവനിൽ പടർന്നു. ഇനിയൊരിഞ്ചുപോലും മുമ്പിലേക്കു നീങ്ങില്ല എന്ന അവസ്ഥയിൽ അവൻ നിന്നു.

തനിക്കുചുറ്റും ഭൂമി വട്ടംകറങ്ങുന്നതായും താനെന്തിലേക്കോ വഴുതിയിറങ്ങുതായും തോന്നിയ കണ്ണൻ തളർന്നുകുഴഞ്ഞ് നിലത്തു ചുരുണ്ടുവീണു.

അതികാലത്ത് ചന്തയിൽ പോവുന്നവരാണ് കണ്ടത്. റോഡരികിൽ ഒരാൾ കിടക്കുന്നു. ഗ്രാമത്തിൽ സാധാരണമായ ഒരു കാഴ്ചയല്ല അവർക്കത്. അതിനാൽ അവർ കിടക്കുന്നതാരാണെന്നറിയാൻ അടുത്തുചെന്നു.

കണ്ണൻ!

സൂക്ഷിച്ചുനോക്കിയ അവർ അവനെ തിരിച്ചറിഞ്ഞു.

കണ്ണനെ എല്ലാവർക്കും അറിയാമല്ലോ. അവന്റെ കഥകളും അറിയാം. അതിനാൽ നാട്ടിലുള്ളവരൊക്കെ കണ്ണന്റെ രക്ഷാകർത്താക്കളായി. അവനെ ശാസിക്കാനും ഉപദേശിക്കാനും വേണ്ടിവന്നാൽ ശിക്ഷിക്കാനും തങ്ങൾക്ക് അധികാരമുണ്ടെന്നവർ വിശ്വസിച്ചു. കണ്ണനിങ്ങനെ അനാഥനായി റോഡരികിൽ കിടന്നത് അവർക്ക് അതുകൊണ്ടു രുചിച്ചില്ല.

“ഡാ... എണീക്ക്. ദെന്തായിങ്ങനെ ബടെ കെടക്ക്ണ്... വീട്ടിപ്പോയി കെടക്കാർന്ന്ല്ല്യേ നെനക്ക്. തോന്ന്യാസം കാട്ടണേനും വേണ്ടേ ഒരതിരൊക്കെ? അല്ലെങ്കിലേ പൊട്ടനാ. ഇപ്പോ അണക്കുലൂസും തൊടങ്ങ്യോ?”

ആരൊക്കെയോ അവനെ കുലുക്കി വിളിച്ചുണർത്തി. ഒന്നുമറിയാതെ ഉറങ്ങുകയായിരുന്നു കണ്ണൻ. റോഡരികിൽ തളർന്നു വീഴുമ്പോൾ അവന് ഓർമയില്ലായിരുന്നു. ശരീരത്തിനു ഭാരം കുറഞ്ഞ് താനെന്തിലേക്കോ വഴുതിയിറങ്ങുന്ന തോന്നൽ മാത്രമേ അവനപ്പോഴനുഭവപ്പെട്ടിരുന്നുള്ളൂ...

അമ്പരപ്പോടെയാണ് കണ്ണനുണർന്നത്. ചുറ്റിലും നിൽക്കുന്നവരെക്കണ്ട് അവനൊന്നമ്പരന്നു. താനെങ്ങനെ ഇവർക്കിടയിലെത്തി? ഓർമകൾ തെളിയാൻ തുടങ്ങിയപ്പോഴാകട്ടെ അവന്

കാര്യങ്ങൾ വ്യക്തമാവാൻ തുടങ്ങുകയും ചെയ്തു.

എത്രയും വേഗം വീട്ടിലെത്തണം. വല്ല്യമ്മ വന്നുകാണും. വല്ല്യമ്മ വന്നാൽ എന്തെങ്കിലും തിന്നാൻ ഉണ്ടാകാതിരിക്കില്ല.

വിശപ്പ് അവനെ കാർന്ന് തിന്നാൻ തുടങ്ങിയിരുന്നു.

കണ്ണനെണീറ്റു. ഒരു സ്വപ്നാടനക്കാരനെപ്പോലെ അവൻ മുന്നോട്ടുനീങ്ങി. ചുറ്റിലും കൂടിയവരെ ഒന്നു ശ്രദ്ധിക്കുകപോലും ചെയ്യാതെ...

“ഈ ചെറുക്കനെന്തേ പറ്റ്യേ...” പൊട്ടനാച്ചാലും ങ്ങനെ വഴീക്കെടക്കണ ശീലക്കാരനൊന്നും അല്ലേർന്നുലോ...”

ആളുകൾ തന്നെക്കുറിച്ച് അഭിപ്രായപ്പെടുന്നത് കണ്ണൻ കേൾക്കുന്നുണ്ടായിരുന്നു. പറയാനുള്ളത് പറയട്ടെ. അവരുടെ വാക്കുകളെ ഗൗനിക്കാതെ നടക്കുമ്പോഴും അവന്റെ മനസ്സ് ഓരോരോന്നോരോന്ന് പെറുക്കിയെടുക്കാൻ വെമ്പൽ കാണിക്കുന്നു. തലേന്നു വീട്ടിൽനിന്നു ഇറങ്ങിയശേഷം നടന്നത് സംഭവങ്ങളുടെ ഒരു പരമ്പര തന്നെയായിരുന്നുവല്ലോ.

ഇനിയും ആളുകൾ തന്നെ അന്വേഷിച്ചുവരുമോ?

കുട്ടിക്കൃഷ്ണൻ മാഷ്ക്ക് എങ്ങനെയുണ്ട് ആവോ? നടക്കുമ്പോൾ ഇക്കാര്യങ്ങളിൽ മനസ്സു കുടുങ്ങി അവൻ ഭയക്കുകയും ചെയ്തിരുന്നു.

കണ്ണൻ പടികടന്നു വരുന്നത് വല്ല്യമ്മ അകലെനിന്നേ കണ്ടു. യാത്ര കഴിഞ്ഞ് തലേന്ന് വൈകുന്നേരം തിരിച്ചെത്തിയ അവർ വീട്ടിൽ കണ്ണനെ കാണാഞ്ഞ് വല്ലാതെ പരിഭ്രമിച്ചു. അങ്ങനെ അലഞ്ഞുനടക്കുന്ന സ്വഭാവക്കാരനൊന്നുമല്ല കണ്ണൻ. എന്തു പറ്റി എന്നറിയാതെ പരിഭ്രമിക്കാൻ തുടങ്ങിയ നേരത്താണ് ബാലുമാഷും കണ്ണനെ അന്വേഷിച്ച് അങ്ങോട്ടു ചെന്നത്.

ബാലുമാഷ് ലീവിലായിരുന്നു. അതുകൊണ്ട് സ്കൂളിൽ നടന്നതൊക്കെ വളരെ വൈകിയേ അറിഞ്ഞിരുന്നുള്ളൂ. അറിഞ്ഞ ഉടനെ പുറപ്പെട്ടതാണ്. കണ്ണനെ കാണണം. അവനു പറയാനുള്ളതും കേൾക്കണം.

കണ്ണൻ വീട്ടിലെത്തിയിട്ടില്ല എന്നറിഞ്ഞ ബാലുമാഷ് ആദ്യ

മൊന്നു പരിഭ്രമിച്ചു. ഉടനെ നിയന്ത്രിച്ചു. വല്ല്യമ്മ വലിയ പരിഭ്രാമത്തിലാണ്. അതുകൊണ്ട് കഥകളൊന്നും തൽക്കാലം അവരറിയണ്ട. അറിഞ്ഞാൽ അത് അവരെ ബുദ്ധിമുട്ടിലാക്കും.

അന്ന് ബാലുമാഷ് സ്കൂളിൽ ഉണ്ടായിരുന്നെങ്കിൽ ഇങ്ങനെയൊന്നും സംഭവിക്കില്ലായിരുന്നു. വിവരം കേട്ടറിഞ്ഞ മാഷുടെ ആദ്യതോന്നൽ അതായിരുന്നു.

ഇനി കണ്ണനെ കണ്ടെത്തണം. അതിനുള്ള വ്യഗ്രതയിലായി മാഷ്. അതുകൊണ്ട് വല്ല്യമ്മയെ സമാധാനിപ്പിച്ച് ബാലുമാഷ് പറഞ്ഞു.

"വല്ല്യമ്മ പേടിക്കണ്ട. കണ്ണനെവിടെയായാലും ഞാൻ കണ്ടുപിടിച്ചോളാം. കയ്യിൽ കിട്ട്യാ ഉടനെ ഇങ്ക്ട് അയയ്ക്കും ചിയ്യാം."

കണ്ണൻ വരുന്നതു കണ്ടപ്പോൾ വല്ല്യമ്മ വിചാരിച്ചത് ബാലുമാഷ് അവനെ അയച്ചതാവും എന്നാണ്. അതിനാൽ അവരവനോട് ഒന്നും അന്വേഷിക്കാൻ തുനിഞ്ഞില്ല.

"ന്റെ കുട്ട്യേ...യ്യെവിടാർന്നു... ന്നെ വല്ലാതെ പേടിപ്പിച്ചൂലോ. രാത്രീല് കണ്ണിന്റെ പോള ഞാൻ കൂട്ടീട്ട്ല്യാ...

വല്ല്യമ്മ പറയുന്നതിനു തിരിച്ചൊന്നും പറയാതെ കണ്ണൻ ഉമ്മറത്തേക്കു കയറി. സ്കൂളിൽ നടന്ന കാര്യങ്ങളൊന്നും വല്ല്യമ്മ അറിഞ്ഞിട്ടുണ്ടാവരുതേ എന്ന പ്രാർഥന മാത്രമായിരുന്നു അപ്പോഴവന്റെ മനസ്സിൽ.

"കണ്ട്ല്യേ, ചെക്കന്റെ ഒരു കോലം... അട്പ്പത്തു വല്ല്യമ്മ ത്തിരി ചൂടുവെള്ളം വെച്ചിട്ട്ണ്ട്. അദ്ട്ത്തിട്ടൊന്നു കുളിച്ചുവാ."

പിന്നെ അവനെ നോക്കി വാത്സല്യത്തോടെ വല്ല്യമ്മ പറഞ്ഞു.

ഒരൂട്ടം കൂടി വല്ല്യമ്മന്റെ കുട്ടിക്കു വേണ്ടി ണ്ടാക്കി വെച്ച്ട്ട്ണ്ട്. പുട്ടും കടലേം."

അതോടെ കണ്ണൻ ഒക്കെ മറന്നു. വിശപ്പു മാത്രമായി അപ്പോഴവന്റെ ചിന്തകളിൽ.

പല്ലു തേച്ചെന്നു വരുത്തി ധൃതിയിൽ കുളിക്കാനൊരുങ്ങവേ, കണ്ണൻ സംഭവിച്ചത് ഓരോന്നായി മറക്കാൻ തുടങ്ങിയിരുന്നു.

അധ്യായം പതിമൂന്ന്

ഇനി സ്കൂളിലേക്കില്ല എന്ന് കണ്ണനുറപ്പിച്ചു. പഠിക്കുന്നതിനോടുള്ള സർവ താൽപര്യവും അവനു നഷ്ടമായിരിക്കുന്നു. പോവാനിഷ്ടപ്പെടാത്ത ഒരു സ്ഥലമായി മാറി അവന് സ്കൂളും പരിസരവും. പക്ഷെ, ബാലുമാഷെക്കുറിച്ചോർക്കുമ്പോൾ അവനു വിഷമം തോന്നാറുണ്ട്. അവിടെ അവനെ ഇഷ്ടപ്പെടുന്ന ഒരാൾ മാഷ് മാത്രമാണ്. മാഷ് പറയുന്ന കഥകളിനി കേൾക്കാനാവില്ലല്ലോ എന്നോർത്ത് വിഷമിക്കുമ്പോഴാവും കുട്ടിക്കൃഷ്ണൻ

മാഷുടെ രൂപം മനസ്സിൽ പൊന്തുക. അതോടെ അവന്റെ തീരുമാനം ഉറച്ചതാകും.

സ്കൂളിൽ പോകാൻ പലരും അവനെ നിർബന്ധിച്ചു. ഓരോരോ കളിതമാശകൾ പറഞ്ഞ് ഒപ്പം പഠിച്ചവർ സ്കൂളിൽ പോകുന്നത് കണ്ണൻ കാണാറുണ്ട്. കണ്ണനെ കാണുമ്പോൾ അവരന്വേഷിക്കും.

“ക്ളിയേ... യ്യ് ഞങ്ങടെ കൂടെ പോര്ണ്വോ?”

“നാനിനി പട്ച്ചിണില്ല്യാ...”

കണ്ണൻ ചിരിച്ചുകൊണ്ട് അവരെ നോക്കിപ്പറയും.

“യ്യിനി പട്ത്തം നിർത്തി തുമ്പ്യേപ്പിടിക്കാൻ നടക്ക്വോ...”

കളിയാക്കിച്ചിരിച്ച് അവർ കടന്നുപോവും. അതു കേൾക്കുമ്പോൾ കണ്ണനും അവരുടെ ചിരിയിൽ പങ്കുചേരും.

ബാലുമാഷ് അവനെ പലവട്ടം നിർബന്ധിച്ചു. “സ്കൂളിൽവാ. വെറുതെ വീട്ടിലിരുന്ന് വികൃതി പഠിക്കരുത്. ആരും കണ്ണനെ ഉപദ്രവിക്കില്ല. ഒക്കെ മാഷു നോക്കിക്കോളാം.” എന്നിട്ടും കണ്ണൻ കൂട്ടാക്കിയില്ല.

വല്ല്യമ്മയും അവനെ ശാസിക്കാറുണ്ട്. സ്കൂളിൽ പോകാൻ നിർബന്ധിച്ചുകൊണ്ട്. മറ്റൊന്നിനുമല്ല. ഉച്ചക്ക് വയറുനിറച്ച് കഞ്ഞി കുടിക്കാലോ. ഒരുനേരം പോലും അവന് വേണ്ട ഭക്ഷണം കൊടുക്കാനാവാത്തതിലായിരുന്നു വല്ല്യമ്മയുടെ സങ്കടം. പട്ടിണി കിടന്ന് തളർന്നിരിക്കുന്ന കണ്ണനെ കാണുമ്പോഴൊക്കെ അവരക്കാര്യം ഓർമിപ്പിക്കും. അപ്പോഴും കണ്ണൻ തന്റെ തീരുമാനം മാറ്റാൻ തയ്യാറായില്ല.

അങ്ങനെ ഒരു വർത്തമാനത്തിനിടയിലാണ് അവരതു പറഞ്ഞത്.

“സ്കൂളിൽ പോണില്ല്യേങ്കിൽ വേണ്ട. ഒന്നിനോക്കോണം പോന്ന ഒരുത്തനായില്ല്യേ. വീട്ടില് ചൊറീം കുത്തിയിരിക്കാതെ വല്ല പണീം കിട്ട്വോന്നു നോക്കിക്കൂടെ.”

വല്ല്യമ്മ പറയുന്നതിൽ കാര്യമുണ്ടെന്ന് കണ്ണനും തോന്നി. സ്കൂളിൽ പോവാതെ വെറുതെയിരുന്ന് അവനും മടുക്കാൻ തുട

ങ്ങിയിരുന്നു. അവൻ തന്റെ ശരീരം ഒന്നു പരിശോധിച്ചു. പണിയെടുക്കാനുള്ള ആരോഗ്യമൊക്കെ തനിക്കുണ്ട്. പക്ഷെ, തനിയ്ക്കാര് പണി തരും?"

അവൻ വല്ല്യമ്മയോടു ചോദിച്ചു.

"ആരും തന്നില്ലെങ്കിൽ വേണ്ട. നാലു മത്തന്റെ വിത്തേങ്കലും അണക്ക് ഈ തൊടീല് കുത്തിക്കൂടെ. കയ്യാണ്ടായ്യാ പുഴുങ്ങിത്തിന്നാലോ..."

വല്ല്യമ്മ പറഞ്ഞപ്പോൾ ഒരു വഴി കണ്ടെത്തിയ ആശ്വാസം തോന്നി കണ്ണന്. പക്ഷെ, മത്തൻ വിത്തെവിടെ കിട്ടും? ആരോടന്വേഷിക്കും?

കണ്ണന്റെ അന്വേഷത്തിനുത്തരമായി വല്ല്യമ്മ പറഞ്ഞത് ഒരു കഥയായിരുന്നു. കണ്ണനെപ്പോലെ, പണ്ടൊരു മടിയൻ മത്തൻ വിത്തന്വേഷിച്ചുപോയി നിധി കണ്ടെത്തിയ കഥ.

"ആരോടു ചോയ്ച്ചാലും കിട്ടണ സാധനാ അത്. ദാ ആ വേലീമ്പിലിരിക്കുന്ന ഓന്ത്നോടു ചോയ്ച്ചാൽ അതുംകൂടി മത്തൻ വിത്തിരിക്കണെ സ്ഥലം കാട്ടിത്തരും."

മുറ്റത്തെ വേലിയിൽ തലയുയർത്തി എങ്ങോട്ടോ ദൃഷ്ടിയുറപ്പിച്ച് നിന്ന ഒരു ഓന്തിനെ ചൂണ്ടിക്കാട്ടി കണ്ണനെ കളിയാക്കി വല്ല്യമ്മ പറഞ്ഞു. എന്തും അന്വേഷിച്ചാലേ അറിയാനാവൂ എന്ന അർഥം അവരവനു പറഞ്ഞുകൊടുക്കുകയായിരുന്നു.

അക്കാര്യം ഉദാഹരിക്കാനാണ് വല്ല്യമ്മ ആ കഥ കണ്ണനു പറഞ്ഞുകൊടുത്തത്.

കഥ കണ്ണനിഷ്ടമാണല്ലോ. വല്ല്യമ്മ ചിലപ്പോഴൊക്കെ അവന് കഥ പറഞ്ഞുകൊടുക്കാറുമുണ്ട്. അവർക്കറിയാവുന്ന മുത്തശ്ശിക്കഥകൾ. അവനത് താൽപ്പര്യത്തോടെ കേട്ടുകൊണ്ടിരിക്കും.

"ഒരിയ്ക്കിലേയ്... എന്നാന്നറീല്യാട്ടോ... ഒര്ത്തിലേയ് ഒരമ്മയ്ക്ക് നെന്നെപ്പോലെ ഒരു മകൻ ണ്ടാർന്നു. മഹാമടിയൻ. അന്നേപ്പോലൊരു കുഴിമടിയൻ തന്നെ."

തന്നെ കുഴിമടിയനാക്കിയത് കണ്ണനൊട്ടും ഇഷ്ടപ്പെട്ടില്ല. എന്തു ചെയ്യാനും താൻ തയ്യാറാണ്. പക്ഷെ, ആരുമൊന്നും ചെയ്യാ

നേൽപ്പിക്കാത്തത് തന്റെ കുറ്റം കൊണ്ടാണോ? എന്നാൽ കണ്ണൻ തർക്കിക്കാനാഗ്രഹിച്ചില്ല. തർക്കിക്കാൻ തുനിഞ്ഞാൽ വല്ല്യമ്മ കഥയവസാനിപ്പിക്കും. അതുകൊണ്ട് എതിർപ്പ് ഉള്ളിലൊതുക്കി കണ്ണൻ വല്ല്യമ്മ പറയുന്ന കഥ തുടർന്നും കേട്ടുകൊണ്ടിരുന്നു.

"അവനേയ് ഒരു പണീം ചെയ്യാണ്ടേ, അമ്മ കൊടുക്കണെതും കഴിച്ച് ഉമ്മറത്തിണ്ണേമ്പ്ലങ്ങനെ ചടഞ്ഞിര്ന്ന് ദിവസം കഴിക്കും. പാവം! പകലന്തിയോളം പണിയെടുക്കണെതോണ്ട് ആ അമ്മ അവനെ തീറ്റിപ്പോറ്റി. പണിയെടുക്കാന്ള്ള ആരോഗ്യം ണ്ട്. അന്വേഷിച്ചാ എന്തേങ്ക്ലും പണി കിട്ടാതിരിക്കൂല്യ. അതി നൊന്നും മെനക്കെടാണ്ടെ അമ്മ വെയ്ക്കും, ഞാനുണ്ണും എന്ന മട്ടില്ള്ള അവന്റെ ഇരിപ്പ് കണ്ട് ദേഷ്യം വന്ന ആ അമ്മ ഒരുദി വസം അവനെ കൊറ്യങ്ക്ടു ചീത്ത പറഞ്ഞു.

ഒന്നുല്ല്യേങ്കിലും പാത്രം കഴ്കണോടത്ത് അണക്കൊരു മത്തൻ വിത്തെങ്ക്ലും കുഴിച്ചിട്ടൂടേ...

സങ്കടപ്പെട്ടുംകൊണ്ടാണ് അമ്മ അത് പറഞ്ഞത് ച്ചാലും അവ നത് നന്നേ ഇഷ്ടായി. ഒട്ടും ബുദ്ധിമുട്ടണ്ടാത്ത പണി. അമ്മയെ സന്തോഷാക്കും ചിയ്യാം. വിത്തു കുത്തിടേ വേണ്ടൂ. പാത്രം കെഴ്കി ഒഴ്ക്കണ വെള്ളം മതി അതിന് വളരാൻ.

പക്ഷെ, വിത്തെവിട്ന്നാ കിട്ട്വാ? അതുംകൂടി അവനറീല്ല്യാന്നു കണ്ട അമ്മ സങ്കടോം ദേഷ്യോം സഹിക്കാണ്ടെ അങ്ക്ടു പറ ഞ്ഞു.

ആ വേലീമ്പ്ല് ക്കൂടി പ്പോണ ഓന്ത്നോടു ചോയ്ച്ചാ അതും കൂടി കാണിച്ച് തരും വിത്തിരിക്കണ സ്ഥലം. ഓന്ത്വാരേ... ഓന്ത്വാ രേ... നിയ്ക്കിത്തിരി മത്തൻവിത്തു തര്വോന്നു ചോയ്ക്കാൻ മെന ക്കെടണം ന്നു മാത്രം.

അമ്മ അവന്റെ മടി കണ്ട് കള്ള്യാക്കിപ്പറഞ്ഞതാ അതേയ്. പക്ഷെ അവന്ണ്ടോ അതു മനസ്സ്ലാവ്ണു. അമ്മ പറേണതു ശര്യാന്ന് ആ ചെക്കനും കര്തി. വേലീമ്പ്ല് ചെന്ന് അവൻ അമ്മ പറഞ്ഞപോലെ ചോയ്ച്ചു.

ഓന്ത്വാരേ... ഓന്ത്വാരേ... നിയ്ക്കിത്തിരി മത്തൻവിത്തു തര്വോ?

അവന്റെ ശബ്ദം കേട്ടതും ഓന്ത് ഓട്ടം നിർത്തി. ശബ്ദം കേട്ട സ്ഥലത്തേയ്ക്ക് തല പൊന്തിച്ചൊന്ന് നോക്കി. അത് കണ്ട്ട്ട് ഓന്ത്യാര് ഓന്റെ ചോദ്യം കേട്ടു നോക്കീതാന്നന്നെ അവനും കര്തി. ഓന്തൊന്നേ നോക്കീള്ളൂ. അതു പിന്നേം പഴേപടി ഓടാൻ തൊടങ്ങി. ആ ചെക്കനാകട്ടെ, തന്നോട് ഒപ്പം പോന്നോളാൻ പറയ്വാന്ന് അത്ന്ന് വിചാരിച്ച് ഓന്തിന്റൊപ്പങ്ക്ട് ഓടാൻ തുടങ്ങി.

മത്തൻ വിത്തിരിക്കുന്നതവടെത്തന്നെ എന്നൊറപ്പിച്ച് ആ ചെക്കൻ ആ മട അങ്ക്ടു കെളച്ചു വല്താക്കാൻ തൊടങ്ങി. അങ്ങനെ കെളച്ചു കെളച്ചു ചെന്നപ്പോ എന്താ അവടെ..."

വല്ല്യമ്മയുടെ ഭാവം മാറി. കഥയിൽ അവർ അലിഞ്ഞുചേർന്നിരുന്നു. ഉമ്മറത്തിണ്ണയിൽ നിന്നും ചാടിയിറങ്ങി കയ്യും കലാശവും കാട്ടി അവർ വിവരിച്ചു.

"എന്താ അവനവ്ടെ കണ്ടത് ന്നോ. വല്ല്യോരു ഭരണി. ദാത്രയ്ക്ക് പൊക്കം വരും. ന്റെ അരയ്ക്ക് വല്പ്പത്ത്ലൊരു ഭരണി. ആ ചെക്കൻ അദ്ത്തന്ന്യാ മത്തൻ വിത്ത്ന്നു കര്തി അത്ന്റെ മൂട്യങ്ക്ടു തൊറന്ന്ല്യേ, അത്ലതാ നെറച്ചു കെടക്ക്ണു. മഞ്ഞ നെറത്തില് തെളങ്ങിക്കൊണ്ട് വട്ടത്ത്ല്. മത്തൻ വിത്തെങ്ങനത്തതാന്ന് അവനറീല്യാലോ. അതോണ്ട് അത്ന്ന് ഒന്ന്ടുത്ത് ഭരണി അടച്ച് കുഴിമൂടി അവൻ വീട്ടില് തിരിച്ചെത്തി.

പാത്രം കഴ്കണ സ്ഥലത്ത് കുഴിച്ചിട്ടിട്ട് ഒന്നും അറ്യാത്തോനെപ്പോലെ അവനേയ് ഉമ്മറത്തിണ്ണേമ്പ്ല് പണ്ടത്തേന്ത്യേ മിണ്ടാണ്ടിരുന്നു. അത് മൊളച്ച്വരുമ്പോ അറിഞ്ഞാമതീന്ന് വിചാരിച്ചിട്ടാ അവനങ്ങനെ ഇര്ന്നതേ. പക്ഷെ, അമ്മ അത് കണ്ട്പിടിച്ചു. എങ്ങനേന്നല്ലേ.

അന്ന് പാത്രം കഴ്കി വെള്ളം മണ്ണ്ല് ഒഴിച്ചപ്പോണ്ട് തെളങ്ങ്ണ ഒന്ന് അവ്ടെ കെടക്ക്ണു. അമ്മ അത് വേഗം ട്ത്തു സൂക്ഷിച്ചു നോക്കി. അവര്ക്ക് അതെന്താന്ന് പെട്ടെന്ന് മനസ്സ്ലായി.

എന്തേർന്നത് ന്നറിയ്യോ? സ്വർണ നാണ്യേന്ന് അതേയ്. അദെങ്ങന്യാ അവടെ വന്നത്ന്ന് ആലോചിച്ചപ്പോ അവര്ക്ക് മകനോട്

മത്തൻ വിത്തു കുഴിച്ചിടാനേൽപ്പിച്ച കാര്യം ഓർമ വന്നു.

മകൻ ഒക്കെ അമ്മോട് പറഞ്ഞു. അപ്പോ അമ്മ അവനേ കൂട്ടിപ്പോയി ആ ഭരണി മുഴ്വോനും വീട്ടിലിക്കങ്ക്ടു കൊണ്ടന്നു..."

വല്ല്യമ്മ കഥയവസാനിപ്പിച്ചപ്പോൾ കണ്ണൻ ആലോചിക്കാൻ തുടങ്ങിയിരുന്നു.

ഒന്നു ശ്രമിച്ചു നോക്കിയാലോ...

അധ്യായം പതിനാല്

ഓന്ത്വാരെ കണ്ടുപിടിച്ച് തനിക്കും നിധി കൈക്കലാക്കണം. കഥ കേട്ടു കഴിഞ്ഞപ്പോൾ കണ്ണനു പിന്നെ വിചാരം അതൊന്നു മാത്രമായി. പക്ഷെ ആരാണ് ഓന്ത്വാര്? എവിടെയാണയാളുടെ വീട്? അതൊന്നും കണ്ണനറിയില്ലല്ലോ.

വല്ല്യമ്മക്ക് അറിയുമായിരിക്കും. അവരോടു ചോദിക്കുകത ന്നെ. കണ്ണൻ വല്ല്യമ്മയെ സമീപിച്ചു ചോദിച്ചു.

കണ്ണന്റെ ചോദ്യം കേട്ട് വല്ല്യമ്മ ഉറക്കെയുറക്കെ ചിരിക്കാൻ തുടങ്ങി. എന്തിനാണവരിങ്ങനെ ചിരിക്കുന്നത്? കണ്ണനു ദേഷ്യം വന്നു. അറിയില്ലെങ്കിൽ അതു പറഞ്ഞാൽ പോരെ, കളിയാക്കണോ?

“വല്ല്യമ്മ ചിത്ക്കന്തൊത്തോ... നിച്ചു സുണ്ടി വര്ണണ്ട്.”

“ന്റെ പൊട്ടാ... ത്രയ്ക്കു ബുദ്ധില്ല്യാണ്ടായീലോ നെനക്ക്. ഒന്ത്വാരെ അന്വേഷിച്ച് കണ്ടുപിടിക്കണം. അദ്ന്ള്ള മിട്ക്കുണ്ടോ നെനക്ക്...”

വല്ല്യമ്മ തന്നെ ചെറുതാക്കിക്കാണിച്ചത് കണ്ണന് സഹിച്ചില്ല. അവനു വാശികയറി. വല്ല്യമ്മ പറഞ്ഞുതരില്ലെങ്കിൽ വേണ്ട. ഓന്ത്വാരെ താൻതന്നെ കണ്ടുപിടിക്കും. നിധിയും കൊണ്ടേ താനിനി വീട്ടിൽ മടങ്ങിയെത്തൂ, അവനുറപ്പിച്ചു.

അങ്ങനെ വീടുവിട്ടിറങ്ങിയതാണ് കണ്ണൻ. എവിടെ അന്വേഷിക്കണം? ആരോട് ചോദിക്കണം? എന്നൊന്നും അവനറിയില്ലായിരുന്നു. വീടും സ്കൂളുമല്ലാതെ മറ്റൊരു സ്ഥലത്തും അവൻ പോയിട്ടില്ലായിരുന്നു. അതുകൊണ്ട് സഞ്ചരിച്ച വഴികളൊക്കെ അവനു പരിചയമില്ലാത്ത സ്ഥലങ്ങളായി. തോടുകൾ കടന്ന്, പാടവരമ്പുകൾ ചവിട്ടി, കാറ്റിലിളകിയാടുന്ന മരങ്ങളെക്കണ്ട് അവൻ ഏറെദൂരം നടന്നു. വഴിക്ക് പലരെയും കണ്ടു. പലരോടും ചോദിക്കാൻ അവൻ ആഗ്രഹിക്കുകയും ചെയ്തു. പക്ഷെ, ചോദിക്കാനായി അടുത്തു ചെല്ലുമ്പോഴേക്കും അവർ വേറെ എങ്ങോട്ടെങ്കിലും മാറിപ്പോകും. ചിലർ അടുത്തുവരുന്ന അവനെ തുറിച്ചുനോക്കും. അതുകൊണ്ട് പേടിച്ച് അവൻ ഒന്നും മിണ്ടാതെ അവരെ കടന്നുപോവും. ചിലരാകട്ടെ അവന്റെ അന്വേഷണം കേട്ട് അവനെ കളിയാക്കിച്ചിരിച്ച് മറുപടിയൊന്നും പറഞ്ഞതുമില്ല.

നേരം ഉച്ചയായി. വെയിലിന്റെ ശക്തിയിൽ കണ്ണൻ തളർന്നു. വിഴിയരികിലെ കിണറ്റിൽ നിന്നും വെള്ളം കോരിക്കുടിച്ച് അവൻ വീണ്ടും നടന്നു. നടന്നുനടന്ന് അവസാനം അവനൊരു മൈതാനത്തിലെത്തി.

മൈതാനത്തിനരികിൽ ധാരാളം മരങ്ങൾ ഉണ്ടായിരുന്നു. അതിലൊന്നിന്റെ തണലിലിരുന്ന് ക്ഷീണം തീർക്കാമെന്ന് കരുതിയപ്പോഴാണ് കണ്ണൻ അതുകണ്ടത്.

ഒരു മരത്തണലിൽ വർത്തമാനം പറഞ്ഞുരസിച്ച് നാലഞ്ചു ചെറുപ്പക്കാരിരിക്കുന്നു. അവരോടന്വേഷിച്ചാലോ. കണ്ണൻ അവരെ സൂക്ഷിച്ചുനോക്കി. കണ്ടിട്ടു കുഴപ്പക്കാരനല്ലെന്നു തോന്നുന്നു. കണ്ണനങ്ങനെ വിചാരിച്ച് അവരെത്തന്നെ നോക്കിനിന്നത് ആ ചെറുപ്പക്കാരും ശ്രദ്ധിച്ചിരുന്നു.

"ദേതഡാ... ആ നിക്കണെ ചെക്കൻ..." അവർ പരസ്പരം ചോദിച്ചു. അവരിലാർക്കും കണ്ണനെ പരിചയമില്ലായിരുന്നു. അപ്പോഴും തങ്ങളെത്തന്നെ നോക്കി നിൽക്കുന്ന അവനെക്കണ്ട് അവരിലൊരാൾ വിളിച്ചു.

"ബ്ടെ വാടാ..."

കണ്ണൻ അവർക്കരികിൽ ചെന്നപ്പോൾ അവരന്വേഷിച്ചു.

"നിയ്യേതാടാ"

കണ്ണനൊന്നും പറഞ്ഞില്ല. അപ്പോഴാണവർ അവനെ വിസ്തരിച്ചു നോക്കിയത്. കണ്ണന്റെ ശരീര പ്രകൃതംകണ്ട് അവർ പരസ്പരം നോക്കി.

"എന്തെഡാ... നെണക്കു നാവ്ല്ല്യേ... എന്താ നെന്റെ പേര്?"

കണ്ണൻ പേരു പറഞ്ഞു. അവന്റെ കൊഞ്ഞലോടെയുള്ള ആ സംസാരം കൂടിയായതോടെ അവർക്കുറപ്പായി, ഇവനൊരു പൊട്ടൻ തന്നെ. അതോടെ കണ്ണനെപ്പറ്റി പലതും അവർ അന്വേഷിച്ചു. എവിടെയാണവന്റെ വീട്? എന്തിനാണീ നട്ടുച്ചക്ക് ഇങ്ങനെ അലഞ്ഞുതിരിയുന്നത്?

അങ്ങനെയാണ് കണ്ണൻ ഓന്ത്വാരെ അന്വേഷിച്ചു നടക്കുകയാണെന്ന വിവരം അവരറിഞ്ഞത്. അപ്പോൾ അവരിലൊരാൾക്ക് ഒരു ആശയം തോന്നി. അയാളത് സ്വകാര്യമായി അടുത്തിരുന്നവന്റെ ചെവിയിൽ മന്ത്രിച്ചു. അയാളത് മറ്റുള്ളവർക്ക് വിവരിച്ചു കൊടുത്തു. അവർ കണ്ണനെ നോക്കിച്ചിരിച്ച് കാര്യം സമ്മതമായമട്ടിൽ തലകുലുക്കി.

“ഡാ... ഓന്ത്വാരേ അല്ലേ നീയന്വേഷിക്കുന്നത്. ഞങ്ങള്ളു പറഞ്ഞുതരാം. പക്ഷെ, ഞങ്ങള്ളു പറേണപോലെ ചെയ്യണം...” അവരവനെ നോക്കിയപ്പോൾ ‘ചെയ്യാം’ എന്ന അർഥത്തിൽ കണ്ണൻ തലയാട്ടി. അപ്പോൾ കണ്ണനരികിൽ വന്ന് അതിലൊരാൾ മൈതാനത്തിന്റെ മറ്റൊരു കോണിലേക്കു ചൂണ്ടിപ്പറഞ്ഞു.

“ദാ, ആ കാണണത് ല്ല്യേ... അതൊരു ചായപ്പീടിക്യാ. ഓന്ത്വാര്പ്പൊ അവടെ ഉണ്ടാവും. ചായപ്പീടികേലിരുന്ന് അവടുള്ളോരോടു വർത്തമാനം പറഞ്ഞിരിക്ക്ണ്ണ്ടാവും. നിയ്യൊരു കാര്യം ചീതാമതി. ആ പീട്യേലു കേറി അവടെ കൂടിരിക്കണെ ആൾക്കാരടെ അടുത്ത് ചെന്ന് ഉറക്കെ ചോയ്ക്ക്യാ... ഓന്ത്വാര് എവട്യാന്ന് അവര് കാണിച്ചുതരും...”

എന്നിട്ട് അങ്ങനെയല്ലേ എന്ന അർഥത്തിൽ പറഞ്ഞയാൾ മറ്റുള്ളവരെ നോക്കി.

“അതേയതെ. അങ്ങനെത്തന്നെ. യ്യ് വേഗം പോയ്ക്കോ. ഓന്ത്വാര് ഇപ്പോ അവ്ടെ ണ്ട്. ഞാൻ വര്മ്പോ കണ്ടടക്ക്ണു അയാളു പോണേന്റെ മുന്നെ അന്വേഷിക്ക്യന്ന്യാ നല്ലത്...”

അവരുടെ വാക്കുകൾ കേട്ട്. അവർ ചൂണ്ടിക്കാട്ടിയ ഭാഗത്തേക്ക് കണ്ണൻ നടന്നു.

ഓന്ത്വാര് എന്നത് വാസ്തവത്തിൽ ഗ്രാമത്തിലെ ഒരാളുടെ ശകാരപ്പേരായിരുന്നു. ഒന്നിലുമൊരു സ്ഥിരതയില്ലാതെ എപ്പോഴുമെപ്പോഴുമിങ്ങനെ മാറിമാറി കാര്യങ്ങൾ ചെയ്യുകയും പറയുകയും ചെയ്തതുകൊണ്ട് ആളുകൾ ഓന്തിനെപ്പോലെയാണയാളുടെ സ്വഭാവം എന്നു കളിയാക്കിപ്പറഞ്ഞിരുന്നു. അങ്ങനെയ അയാളുടെ ശരിയായ പേരിനുപകരം ഓന്തുനായർ എന്നയാൾ അറിയപ്പെടാൻ തുടങ്ങി.

ആരെങ്കിലും ആ പേരിലയാളെ വിളിച്ചാലോ, പിന്നെപ്പറയേണ്ട, അയാൾക്കു ശുണ്ഠികയറും. പിന്നെ ഇന്നതേ ചെയ്യൂ എന്നില്ല. അതുകൊണ്ട് ആളുകൾ അയാളെ നേരെ നോക്കി “ഓന്ത്വാരേ’ എന്നു വിളിക്കാൻ ധൈര്യപ്പെടാറില്ല. ഒളിഞ്ഞിരുന്ന് വിളിച്ചുകൂവും. “ഓന്ത്വാരേ”

ആ വിളി കേൾക്കേണ്ട താമസം അയാൾക്ക് ശുണ്ഠി പിടിക്കും. പക്ഷെ, എന്തെങ്കിലും ചെയ്യണമെങ്കിൽ വിളിച്ചതാരാണെന്നറിയണ്ടേ. ഒളിഞ്ഞിരുന്നു വിളിച്ചാൽ വിളിച്ചയാളിനെ എങ്ങനെ അറിയാനാണ്. എന്നാലും അയാൾ പിന്മാറില്ല. ശബ്ദം കേട്ട സ്ഥലത്തേക്കു നോക്കി ഉറക്കെയുറക്കെ വായിൽ തോന്നിയ ചീത്ത വാക്കുകൾ വിളിച്ചുപറയും. അയാളുടെ ശുണ്ഠി പിടിച്ച പ്രവർത്തികൾ കണ്ട് രസിക്കുക ആളുകൾക്കൊരു വിനോദമായിരുന്നു. ആ ആളിയന്റെയടുത്തേക്കാണ് അവർ കണ്ണനെ പറഞ്ഞുവിട്ടിരിക്കുന്നത്.

കണ്ണൻ ഓന്ത്വാരെ അന്വേഷിച്ച് പീടികക്കടുത്ത് എത്താറായതും ചെറുപ്പക്കാർ ഇരുന്നിടത്തുനിന്നും എഴുന്നേറ്റ് സംഭവിക്കാനിരിക്കുന്നതു കാണാൻ കണ്ണനു പിറകിലായി പുറപ്പെട്ടു.

ആ ചെറുപ്പക്കാർ പറഞ്ഞുകൊടുത്തതുപോലെ ഒരു ചായപ്പീടികയും അഞ്ചാറാളുകൾ പീടികയിലിരുന്ന് സംസാരിക്കുന്നതും കണ്ട് മറ്റൊന്നുമാലോചിക്കാതെ കണ്ണൻ അങ്ങോട്ടു കയറിച്ചെന്നു. കണ്ണനെക്കണ്ട് സംസാരിച്ചുകൊണ്ടിരുന്നവർ സംസാരം നിർത്തി അവനെ നോക്കി. അവനേതാണ് എന്ന് അന്വേഷിക്കുന്നതുപോലെ.

"ആരാ ദ്ല് ഓന്ത്വാത്.."

അവർ പറഞ്ഞുകൊടുത്തിരുന്നതുപോലെ ഉച്ചത്തിലാണ് കണ്ണൻ സംസാരിച്ചത്. അവന്റെ ചോദ്യം കേട്ടതും സംസാരിച്ചുകൊണ്ടിരുന്ന ആളുകൾക്കിടയിൽ നിന്നുമൊരാൾ കണ്ണന്റെ മുമ്പിലേക്ക് ഒച്ചയെടുത്ത് ചാടിയതും ഒന്നിച്ചു കഴിഞ്ഞു.

ഒട്ടും പ്രതീക്ഷിച്ചതായിരുന്നില്ലല്ലോ കണ്ണൻ ഇങ്ങനെയൊന്ന്. അവൻ ഞെട്ടിപ്പോയി.

"എന്താടാ... ഞാന്തന്ന്യാ അദ്. എന്താപ്പാ അണക്കു വേണ്ടത്".

അപ്പോഴേക്കും അയാൾ കണ്ണന്റെ കഴുത്തിൽ കൈകളമർത്തി മുറുകെപ്പിടിച്ചു കഴിഞ്ഞിരുന്നു. ആ കൈകൾ ശക്തിയിലമർന്നുകൊണ്ടേയിരുന്നു. അപ്പോഴും അയാൾ ഒച്ചയെടുക്കുന്നുണ്ടായിരുന്നു.

“ഇന്നെ ഓന്ത്വാര് ന്നു വിളിക്കാൻ മാത്രം ഇയ്യായ്യോ്യാടാ...”

കണ്ണൻ കിടന്നു പിടഞ്ഞു. പിടയുന്തോറും കണ്ണന്റെ കഴുത്തിലമർന്ന അയാളുടെ പിടുത്തം മുറുകുകയും ചീത്തവിളികൾക്ക് ശക്തി കൂടുകയും ചെയ്തു. താനൊരു വലിയ വിപത്തിലകപ്പെട്ടിരിക്കുകയാണെന്ന് കണ്ണൻ മനസ്സിലാക്കി. ഇയാളല്ല ഓന്ത്വാര്... ഇതിലെന്തോ ചതിയുണ്ട്. കഴുത്തിലെ പിടിമുറുകി ശ്വാസംമുട്ടി ചാവുന്നതിന് മുമ്പേ രക്ഷപ്പെടണം.

പിന്നെ എന്താണുണ്ടായതെന്ന് കണ്ണനു തന്നെ അറിയില്ല. കണ്ണനൊന്നു ഉതറുന്നതും അയ്യോ എന്നൊരു നിലവിളിയോടെ അയാൾ പിടിവിടുന്നതും മാത്രമേ കൂടിനിന്നവർ കണ്ടുള്ളൂ.

“ന്നെ ഈ ചെയ്ത്താൻ കടിച്ചേയ്... ഓനെ പിടിക്കോയ്”

പിടിവിട്ടതും ഓടാൻ തുടങ്ങിയ കണ്ണനെ നോക്കി അയാൾ നിലവിളിക്കുന്നുണ്ടായിരുന്നു.

അധ്യായം പതിനഞ്ച്

ആരോ കരയുന്നത് കേട്ടാണ് കണ്ണൻ ഉണർന്നത്. കണ്ണു തുറന്നപ്പോൾ അവന് ഒന്നും മനസ്സിലായില്ല. താനിപ്പോൾ എവിടെയാണെന്നറിയാതെ അവൻ ചുറ്റിലും നോക്കി.

റോഡരികിൽ അടഞ്ഞുകിടന്ന ഒരു പീടികക്കോലായയിലാണ് താൻ കിടക്കുന്നതെന്നവൻ കണ്ടു. റോഡിലൂടെ വാഹനങ്ങൾ ഇരമ്പിപ്പായുന്നുണ്ടായിരുന്നു. ആളുകൾ പരസ്പരം ശ്രദ്ധി

ക്കാതെ ധൃതിയിൽ എങ്ങോട്ടോ പോയ്ക്കൊണ്ടിരുന്നു.

ഇതാണ് പട്ടണം. കണ്ണൻ മനസ്സിലാക്കി. ഇതുവരെ കണ്ണൻ പട്ടണം കണ്ടിട്ടില്ല. എങ്കിലും അത് എങ്ങനെയാണെന്ന് കണ്ണന് അറിയാം. ക്ലാസിലെ കുട്ടികൾ പലരും അച്ഛനമ്മമാരുമൊത്ത് പട്ടണത്തിൽ പോയിവന്ന കഥകൾ പരസ്പരം പറയുന്നത് കണ്ണ നും കേട്ടിട്ടുണ്ട്.

വലിയ വലിയ കെട്ടിടങ്ങളും റോഡരികിലെ കച്ചവടങ്ങളും ഉള്ള സ്ഥലമാണ് പട്ടണം. അവിടെ ചെന്നാൽ എന്തും വാങ്ങാം. സിനിമ കാണാം. ചിലപ്പോൾ സർക്കസും ഉണ്ടാവാറുണ്ടത്രെ. കഴിഞ്ഞ വർഷം സ്കൂളിൽ നിന്നും കുട്ടികളെ സർക്കസ്സു കാണി ക്കാൻ കൊണ്ടുപോയ കാര്യം കണ്ണനോർത്തു. കണ്ണൻ പോയി ല്ല. കുട്ടികളിൽ നിന്നും പൈസ പിരിച്ചാണ് സർക്കസിനു പോയ ത്. കണ്ണനാരും പൈസ കൊടുത്തില്ല. ചോദിക്കാമെന്നുവച്ചാൽ വല്ല്യമ്മ അന്ന് വീട്ടിലില്ലാത്ത കാലവുമായിരുന്നു.

അപ്പോഴാണ് കണ്ണൻ ഓർത്തത്. ഇവിടെയാവുമോ ഓന്ത്വാര് താമസിക്കുന്നത്. എങ്ങനെയാണറിയുക. ഇനി ആരോടും ചോദി ക്കുന്ന പരിപാടിയില്ല. പറ്റിയ അനുഭവം ഓർത്തു കണ്ണൻ തീരു മാനിച്ചു.

എങ്ങനെയാണ് അയാളിൽ നിന്നും രക്ഷപ്പെട്ടതെന്ന് കണ്ണനി പ്പോഴും അറിയില്ല. അയാളുടെ കൈ മുറുകിയിടത്തെ വേദന ഇനിയും വിട്ടുമാറിയിട്ടില്ല. എന്തോ ഒരു ശക്തി തന്നിൽ നിറയു ന്നതനുഭവപ്പെട്ടപ്പോൾ രണ്ടും കൽപ്പിച്ചൊന്നു കുതറിയതും അയഞ്ഞ കയ്യിൽ അമർത്തിക്കടിച്ചതും അവനോർമയുണ്ട്. കഴു ത്തിലമർന്ന കൈ പൊടുന്നനവേ അടർന്നുമാറിയതും, 'അയ്യോ' എന്നൊരു ശബ്ദം കേട്ടതും കണ്ണൻ ഓടാൻ തുടങ്ങിയിരുന്നു.

മുൻപിൻ നോക്കാതെ ഓടി. കണ്ണിൻമുമ്പിൽ കണ്ട വഴിയിലൂ ടെ. എങ്ങോട്ടാണ് എന്നൊന്നും ഓർക്കാൻ അപ്പോഴവൻ മെന ക്കെട്ടില്ല. രക്ഷപ്പെടണം. ചിന്ത അതൊന്നുമാത്രമായി മനസ്സിൽ.

തളർന്നപ്പോൾ എവിടെയോ ഇരുന്നതുമാത്രം ഓർമയിലുണ്ട്. വിശപ്പുകൊണ്ടും ഓടിത്തളർന്നിരുന്നതുകൊണ്ടും ആ ഇരിപ്പിൽ

അവനറിയാതെ ഉറങ്ങിപ്പോയി.

ഏതായാലും അയാളിൽനിന്നും രക്ഷപ്പെട്ടുവല്ലോ. ആശ്വാസം അനുഭവിച്ചുകൊണ്ടിരുന്ന കണ്ണൻ അപ്പോഴതാ വീണ്ടും കേട്ടു. തന്നെ ഉണർത്തിയ ആ കരച്ചിൽ...

ഇത്തവണ അതിത്തിരി കൂടി ഉച്ചത്തിലായിരുന്നു. ശബ്ദം കേട്ടിടത്തേക്ക് കണ്ണൻ നോക്കി. ആരോ അപ്പോഴും അവിടെ കരയുന്നുണ്ടായിരുന്നു. രക്ഷിക്കാൻ അഭ്യർഥിക്കുന്നതുപോലെ. ശ്രദ്ധിച്ചപ്പോൾ അതൊരു കുട്ടിയുടെ ശബ്ദമാണ് എന്ന് കണ്ണനു മനസ്സിലാവുകയും ചെയ്തു.

എന്തിനാണ് ആ കുട്ടി കരയുന്നത്! ശരീരത്തിന്റെ തളർച്ചയെ വകവെക്കാതെ കണ്ണൻ കരച്ചിൽ കേട്ട ദിക്കിലേക്ക് ചെന്നു.

കുറച്ചു കുട്ടികൾ അവിടെ കൂടിനിന്നത് കണ്ണൻ ശ്രദ്ധിച്ചു. സ്കൂളിൽ പഠിക്കുന്ന ചെക്കന്മാരാണ്. പുറത്തു തൂങ്ങിക്കിടന്ന ബാഗ് കണ്ട് കണ്ണൻ മനസ്സിലാക്കി. അവർ എന്തൊക്കെയോ പറഞ്ഞു ചിരിക്കുകയും കയ്യടിച്ചു ശബ്ദമുണ്ടാക്കുകയും ചെയ്തിരുന്നു. അവരുടെ ചിരികൾക്കൊപ്പമാണ് ആ കരച്ചിലും കേൾക്കുന്നത്. കണ്ണൻ മനസ്സിലാക്കി.

എന്താണിവിടെ നടക്കുന്നതെന്നറിയാൻ അവൻ കുട്ടികൾക്കരികിലേക്കു ചെന്നു.

എട്ടൊമ്പതു വയസ്സു ചെന്ന ഒരു പെൺകുട്ടിയെ വട്ടമിട്ടു നിൽക്കുകയായിരുന്നു ആ കുട്ടികൾ. അവരെന്തോ കാട്ടി അതിനെ ഉപദ്രവിക്കുന്നുണ്ട്. എന്താണവർ കാണിക്കുന്നത്? കണ്ണൻ നോക്കി.

"ദാ ബടെ... ബടെ..."

കുട്ടികളിലൊരുവൻ പറയുന്നത് കേട്ട് ആ പെൺകുട്ടി നിലത്തെന്തോ തപ്പുന്നതാണ് കണ്ണൻ കണ്ടത്. എന്താണവൾ പരതുന്നത്? ശ്രദ്ധിച്ചപ്പോൾ കണ്ണൻ അറിഞ്ഞു. കണ്ണുകൾക്കു കാഴ്ചയില്ലാത്ത ഒരുവളാണവൾ. അവളുടെ ഊന്നുവടി ഈ കുട്ടികൾ ഒളിപ്പിച്ചുവെച്ചിരിക്കയാണ്. അവർ പറയുന്നതുകേട്ട് വടിയിരിക്കുന്നതിനിടത്ത് അവൾ തപ്പിത്തപ്പി എത്തുന്നേരം അവരതെ

ടുത്തു മാറ്റും. എന്നിട്ടു പറയും ദ ബടെ... ബടെ... ഇങ്ങനെ ആ പെൺകുട്ടിയെ കളിപ്പിക്കുകയായിരുന്നു അവർ. അവളുടെ നിസ്സഹായാവസ്ഥ കണ്ട് ആഹ്ലാദിച്ചു രസിച്ച് അവരുറക്കെ പൊട്ടിച്ചിരിക്കുകയും കയ്യടിക്കുകയും ചെയ്യുന്നുണ്ടായിരുന്നു. കുട്ടികളുടെ വികൃതിയിൽ മനംനൊന്ത് അവൾ കരയുന്ന ശബ്ദമാണ് കണ്ണൻ കേട്ടത്.

അൽപ്പനേരമേ കണ്ണനത് നോക്കിനിൽക്കാനായുള്ളൂ. ആ പെൺകുട്ടിയെ അവൻ നോക്കി. നല്ല ഓമനത്തമുള്ളവൾ. കണ്ണു കാണില്ലെന്ന കുറവേ അവൾക്കുള്ളൂ. പാവം! അവന് അവളോടു സഹതാപം തോന്നി. ആരോരുമില്ലാത്തവളാവുമോ ഇവളും. അപ്പോൾ കണ്ണൻ അവന്റെ അമ്മയെ ഓർത്തു. ആരോ ചെവിയിൽ പറയുന്നതുപോലെ അവനു തോന്നി.

“കണ്ണാ ചെല്ല്... ഈ വികൃതിച്ചെക്കന്മാരിൽ നിന്നും അവളെ രക്ഷിക്ക്...”

അമ്മയുടെ ശബ്ദമായി അവനതു തോന്നി. പിന്നെ കണ്ണൻ അമാന്തിച്ചില്ല. കുട്ടികളെ വകഞ്ഞുമാറ്റി അവൻ ആ പെൺകുട്ടിക്കരികിലേക്കു ചെന്നു. അവളുടെ ഊന്നുവടി കയ്യിൽ കൊടുത്ത് അവളെ ആശ്വസിപ്പിച്ചുകൊണ്ട് പറഞ്ഞു.

“കതേന്താത്തോ... വതി ഇന്നാ...”

കണ്ണന്റെ കയ്യിൽനിന്നും വടി വാങ്ങുമ്പോൾ അവൾ അവനെ തപ്പിനോക്കുന്നുണ്ടായിരുന്നു. അത്ഭുതത്തോടെ അവൾ ചോദിച്ചു.

“ആരാ...”

കണ്ണൻ ഒന്നും പറയാതെ അവളെ നോക്കിനിന്നതേയുള്ളൂ.

കണ്ണന്റെ പെട്ടെന്നുള്ള വരവും അവരെ തള്ളിമാറ്റി വട്ടിയെടുത്ത് പെൺകുട്ടിക്കു നൽകിയതും അവളെ ഉപദ്രവിച്ചു രസിച്ച ആ വികൃതികൾക്കു ഇഷ്ടപ്പെട്ടില്ല.

“ദേ താടാ... ഒരു ഹനുമാൻ കുട്ടി!...”

അവരിലൊരുവൻ കണ്ണനെ നോക്കി പറഞ്ഞു. അതുകേട്ട് മറ്റു കുട്ടികൾ ഉറക്കെച്ചിരിച്ചു. അവരുടെ കളിയാക്കൽ കണ്ണൻ കേട്ടതായി നടിച്ചതേയില്ല. തങ്ങൾ കളിയാക്കുന്നതൊന്നും കണ്ണനെ

ഏശുന്നില്ലെന്നു കണ്ട കുട്ടികൾ അവന്റെ അരികിലേക്ക് കുറച്ചു കൂടി അടുത്ത് ഓരോന്നോരോന്ന് പറയാനും കളിയാക്കിച്ചിരിക്കാനും തുടങ്ങി. സഹികെട്ടപ്പോൾ കണ്ണൻ അവരെ നോക്കിപ്പറഞ്ഞു.

"പോയിനെതാ തെക്കന്മാതേ..."

കൊഞ്ചിക്കൊഞ്ചിയുള്ള അവന്റെ സംസാരം അവരെ രസിപ്പിച്ചു. കണ്ണനെ ശുണ്ഠി പിടിപ്പിക്കാനായി വീണ്ടും വീണ്ടും ഓരോന്നു പറഞ്ഞുകൊണ്ടിരുന്നു. പുതിയൊരിരയെ കിട്ടിയ സന്തോഷത്തിലായിരുന്നു അവർ.

എന്തു ചെയ്താലും പറഞ്ഞാലും ഈ കുട്ടികൾ ഒഴിഞ്ഞു പോവില്ല എന്നു കണ്ണനു തോന്നി. ഇവരോട് നല്ല രീതിയിൽ പെരുമാറിയിട്ട് കാര്യമില്ല. അതുകൊണ്ട് ദേഷ്യത്തോടെ അവനാ കുട്ടികളെ നോക്കി.

അവരെ അടിക്കാനായി കൈവീശി. കുട്ടികൾ ആദ്യമത് തമാശയായി കരുതിയെങ്കിലും ഒന്നുരണ്ട് അടിയുടെ ചൂട് അറിഞ്ഞതോടെ സംഗതി ശരിയല്ല എന്നവർക്കും തോന്നി.

"വാടാ, ബടെ നിക്കണ്ട. ഇവൻ ആളു പെശകാ..."

കുട്ടികൾ കണ്ണനെ വിട്ടുപോയി. റോഡരികിൽ കൂട്ടംകൂടി നിന്ന് അവരെന്തോ രഹസ്യം പറയുന്നത് കണ്ണൻ കണ്ടു.

അവൻ ആ പെൺകുട്ടിക്കരികിൽത്തന്നെ നിൽക്കുകയായിരുന്നല്ലോ. നേരിൽ കാണാനാവാഞ്ഞിട്ടും അവളെല്ലാം മനസ്സിലാക്കിയിരുന്നു. കണ്ണന്റെ കൈവിരൽ തലോടിക്കൊണ്ടവൾ ചോദിച്ചു.

"ഏട്ടനെ അവരെന്തെങ്കിലും ചീതോ? ചീത്ത കുട്ട്യോളാ അവര്... ദുഷ്ടന്മാര്..."

അവൾ പറയുന്നതു മുഴുവനും പക്ഷെ, കണ്ണൻ കേൾക്കുന്നുണ്ടായിരുന്നില്ല. ഏട്ടൻ!... അവൾ തന്നെ വിളിച്ച ആ വാക്കേ അവൻ കേട്ടുള്ളൂ. അവൾ അങ്ങനെ വിളിക്കുന്നതു കേട്ടപ്പോൾ കണ്ണൻ കോരിത്തരിച്ചുപോയി. അവനെന്തൊക്കെയോ തോന്നി. സന്തോഷം കൊണ്ട് താനെവിടേക്കോ ഒഴുകിപ്പോവുന്നതുപോലെ... ഏട്ടൻ! ആ വാക്കിന്റെ മാധുര്യത്തോടൊപ്പം തനിക്കും

മറ്റൊരു ജീവനെ സംരക്ഷിക്കാനുണ്ട് എന്നൊരു ഉത്തരവാദിത്വം കൂടി അവൻ അറിയുകയായിരുന്നു. ജീവിതത്തിലാദ്യമായി ആരോ ആയെന്നതുപോലെ ഒരു തോന്നൽ...

ആ പെൺകുട്ടിയുടെ കൈകൾ വാത്സല്യപൂർവം പിടിച്ച് അവൻ പറഞ്ഞു.

"വിളിച്ച്... ഒന്നുകൂതീം വിളിച്ച്. ഏത്താന്ന്..."

ആ വിളി കേൾക്കാൻ അവനോർത്തിരുന്നു. അവളും അതു മനസ്സിലാക്കിയിരിക്കണം. കണ്ണന്റെ മുഖത്തു തപ്പിനോക്കിക്കൊണ്ടവൾ പറഞ്ഞു.

"ന്റെ ഏട്ടൻ തന്ന്യാ... കാണാമ്പറ്റ്ല്യേങ്കിലും നിയ്ക്കതു ഒറപ്പാ..."

അവരിങ്ങനെ സന്തോഷിച്ചു സംസാരിച്ച് സ്വയം മറന്നു നിൽക്കുമ്പോൾ എന്തോ ഒന്ന് തനിക്കുനേരെ ചീറിപ്പാഞ്ഞുവരുന്നതും അതു തന്റെ നെറ്റിയിൽ പതിക്കുന്നതും കണ്ണനറിഞ്ഞു. ഒരു കല്ല് തന്റെ നെറ്റിയിൽ തട്ടി അവന്റെ കാൽക്കീഴിലേക്ക് അടർന്നുവീണതും 'ഹയ്യോ' എന്നൊരു നിലവിളിയോടെ കണ്ണൻ നിലത്തിരുന്നതും നിമിഷനേരം കൊണ്ട് കഴിഞ്ഞു.

അധ്യായം പതിനാറ്

കാണ്ണൻ ഒട്ടും പ്രതീക്ഷിക്കാത്തതായിരുന്നുവല്ലോ അത്. നെറ്റിയിൽ അവൻ തടവിനോക്കി. നെറ്റിപൊട്ടി ചോര കൈവിരലുകളിൽ പുരണ്ടു. ആരാണ് എറിഞ്ഞത്? പകയോടെ ചുറ്റിലും നോക്കവെ, ആ വികൃതിക്കുട്ടികൾ കൂവിയാർത്തു പോവുന്നത് കണ്ണൻ കണ്ടു.

"എതാ... നെങ്ങളെ നാൻ..."

അവരെ നോക്കി അലറിവിളിച്ച് കണ്ണൻ എഴുന്നേൽക്കാൻ ശ്രമിച്ചതേയുള്ളൂ.

“ഏട്ടാ വേണ്ട. ഞ്ഞി അങ്ക്ട് പോണ്ട. ഏട്ടനു വല്ലാതെ വേദനിച്ചോ. നോക്കട്ടെ. എന്തേണ്ടായേ...”

ആ പെൺകുട്ടി തപ്പിത്തടഞ്ഞ് അവനരികിലെത്തി തടഞ്ഞുകൊണ്ട് പറഞ്ഞു. അവന്റെ ശരീരത്തിൽ കൈകളോടിക്കവെ അവൾ അന്വേഷിച്ചു.

“എവടേ കൊണ്ട്... നോക്കട്ടെ...”

അന്നേരം ആരോ അങ്ങോട്ടു കടന്നുവന്നതറിഞ്ഞ് കണ്ണൻ എഴുന്നേറ്റു. പക്ഷെ, അതിനുമുൻപെ അങ്ങോട്ടു വന്നതാരാണെന്ന് അവൾ അറിഞ്ഞിരുന്നു. വന്നയാളിനെ കണ്ണനു പരിചയപ്പെടുത്തിക്കൊണ്ടവൾ പറഞ്ഞു,

“ഏട്ടാ... ന്റെ അമ്മ...”

അവിടെ നടന്നതെല്ലാം അവൾ അമ്മയോടു വിസ്തരിച്ചു. കണ്ണൻ അവൾ പറയുന്നതൊന്നും ശ്രദ്ധിച്ചതേയില്ല. അമ്മ... അവൻ അവരെ അത്ഭുതത്തോടെ നോക്കുകയായിരുന്നു.

അങ്ങനെ നോക്കിയിരിക്കേ, ആ മുഖം എവിടെയോ കണ്ടിട്ടുണ്ടെന്ന് അവനു തോന്നാൻ തുടങ്ങി. ഒരു മുൻപരിചയം ഓർമിപ്പിക്കുന്നതായിരുന്നു ആ മുഖം. എവിടെയാണത്?

ഓർമകളിൽ പക്ഷെ, കണ്ണന് ഒന്നും വ്യക്തമായില്ല.

പെട്ടെന്നാണവന് ഓർമവന്നത്. കാവിലമ്മയുടെ വിഗ്രഹത്തിനിരുവശവും ജ്വലിച്ചുനിന്ന വിളക്കുകൾക്കിടയിൽ താനെന്നും കാണാറുണ്ടായിരുന്ന തന്റെ അമ്മയുടെ അതേ മുഖം.

അമ്മ...

ആ വാക്കുകൾ മനസ്സിൽ ശബ്ദമില്ലാതെ ഉരുവിടുമ്പോൾ കണ്ണന്റെ കണ്ണുകൾ നിറഞ്ഞൊഴുകുന്നുണ്ടായിരുന്നു.

ആ പെൺകുട്ടി വർത്തമാനം അവസാനിപ്പിച്ചിരുന്നു. അവൾ പറഞ്ഞതുകേട്ട് അമ്മ കണ്ണനെ നോക്കിനിൽക്കുകയായിരുന്നു.

അവന്റെ മുഖം മാറുന്നതും അവിടെ സങ്കടം നിറയുന്നതും കണ്ണുനീർ പെരുക്കുന്നതും കണ്ട് അവനെ സ്വന്തം മാറോടു

ചേർത്ത് അവരാശ്വസിപ്പിച്ചു പറഞ്ഞു.

"മോൻ സങ്കടപ്പെടണ്ടാ ട്ടോ... ഞാൻ ഇല്ല്യേ ഒപ്പം..."

ആശ്വസിപ്പിക്കുന്നതിനിടയിൽ അവർ കണ്ണനാരാണെന്നും എന്തിനാണിവിടെ വന്നതെന്നും മറ്റും അന്വേഷിച്ചു. അവൻ അവന്റെ കഥ അവരെ കേൾപ്പിച്ചു.

നിധി കണ്ടെത്താൻ ഓന്ത്വാരേ അന്വേഷിച്ചിറങ്ങിയതാണെന്ന് കേട്ട് അവർ ഉറക്കെയുറക്കെ ചിരിയ്ക്കാൻ തുടങ്ങി.

"ന്റെ കുട്ടാ, ഓന്ത്വാരും നിധീം ഒക്കെ കഥേലുള്ള കാര്യങ്ങള ല്ലേ. സത്യല്ല അതൊന്നും ട്ട്വോ... സാരല്ല്യ. ന്റെ കുട്ടി ഞ്ഞി എങ്കടും പോണ്ട. ഈ അമ്മോടൊപ്പം കൂടിക്കോളൂ. അമ്മ പോണോട ത്തൊക്കെ, മോന്റെ പെങ്ങള് പോണോടത്തൊക്കെ ഒപ്പം പോന്നോളോണ്ടു. നമുക്കിങ്ങനെ ഓരോരുത്തീലു നടന്ന് ഓരോന്നു പെറുക്കീട്ടും വിറ്റിട്ടും ജീവിയ്ക്കാം. അവർ പറഞ്ഞ വസാനിപ്പിച്ചില്ല. അതിനു മുമ്പെ ഒരു വാഹനം അവർക്കരികിൽ വന്നുനിന്നു. ഞെട്ടിത്തിരിഞ്ഞുനോക്കിയ കണ്ണൻ കണ്ടു. ജീപ്പിൽനിന്നും ബാലുമാഷ് ഇറങ്ങിവരുന്നു.

കണ്ണനെ കണ്ടതും ബാലുമാഷ് കൈപിടിച്ച് ആശ്വസിപ്പിച്ചു കൊണ്ട് പറഞ്ഞു.

"എടാ, നിന്നെ ഞാൻ ഞ്ഞി അന്വേഷിക്കാത്ത സ്ഥലം ല്ല്യ. അങ്ങനെ അന്വേഷിച്ചപ്പോളാ നീയൊരാളെ ഓന്ത്വാര് ന്നു വിളി ച്ചൂന്നും അയാൾടെ അടി പേടിച്ച് ഓടീന്നും ഒക്കെ അറിഞ്ഞത്. അപ്പോ, ന്നാ ഞ്ഞി ഈ പട്ടണോം കൂടി ഒന്ന് അരിച്ചുപെറുക്കാം." ഒന്നു നിർത്തി ബാലുമാഷ് കണ്ണനെ നോക്കി. അവൻ ആ പെൺകുട്ടിയുടെ കൈയും പിടിച്ചു നിൽക്കുകയായിരുന്നു.

"നമ്മക്കു പോണ്ടേ കണ്ണാ... അവടെ വല്ല്യമ്മ കരച്ചിലോടു കരച്ചിലാ... ന്റെ കുട്ടിക്കാരുല്ല്യാന്നും പറഞ്ഞ്. വാ... വേഗം മട ങ്ങാം. സമയം രാത്ര്യായി"

അപ്പോഴും കണ്ണൻ ഒന്നും പറഞ്ഞില്ല. പോവണമോ വേണ്ടയോ എന്നറിയാത്ത അവസ്ഥയിലായിരുന്നു അവൻ.

ദാരാത് കണ്ണാ...

ബാലുമാഷ് അന്വേഷിച്ചതിന് ആ പെങ്കുട്ടിയുടെ അമ്മയാണ് മറുപടി പറഞ്ഞത്.

“റോഡു വക്കത്തും അവടേം ബടേം ഒക്കെ കെടക്കണെ സാധനങ്ങളു പെറുക്കിവിറ്റു നടക്ക്ണോരോ ഞെങ്ങള്. നാടും വീടും ഒന്നുല്ല്യാത്തോര്. ദ് ന്റെ മോളാ... കണ്ണുകാണില്യാ അവൾക്ക്...

എന്നിട്ട് അവർ തങ്ങൾ കണ്ണനെ കണ്ടതും പരിചയപ്പെട്ടതുമെല്ലാം ബാലുമാഷെ കേൾപ്പിച്ചു.

ഏട്ടാ... ഏട്ടൻ പോവ്വാ?”

കണ്ണനെ കൊണ്ടുപോവാൻ ആളുവന്ന വിവരമറിഞ്ഞ് ആ പെൺകുട്ടിയ്ക്കു ചോദിയ്ക്കാതിരിയ്ക്കാനായില്ല. അപ്പോൾ അവൾ തേങ്ങുന്നുമുണ്ടായിരുന്നു. അതു കണ്ട കണ്ണന്റെ കണ്ണുകളും നിറഞ്ഞു. ബാലുമാഷ് എല്ലാം കാണുന്നുണ്ടായിരുന്നു. ആ മനസ്സും വേദനിച്ചു. അധികനേരമിങ്ങനെ ഇവിടെ നിന്നുകൂടാ. തന്റെ നിയന്ത്രണവും നഷ്ടപ്പെടുകയാണ്. അതുകൊണ്ട് വേഗം മടങ്ങാനുദ്ദേശിച്ച് കണ്ണന്റെ കൈപിടിച്ച് മാഷ് പറഞ്ഞു.

“കണ്ണാ... വാ...”

“മാസേ... നാൻ വതാം. പത്തേ... ഇവളും ഇന്റൊപ്പം വതണം. ന്റെ വീത്ത്ല് പാർക്കനം...”

ആരും അങ്ങനെയൊന്ന് പ്രതീക്ഷിച്ചതല്ലായിരുന്നു. കണ്ണൻ പറഞ്ഞതുകേട്ട് അവർ അമ്പരന്നുപോയി. പക്ഷെ, കണ്ണനൊരു സംശയവുമില്ലായിരുന്നു. അവൻ ഒക്കെ തീരുമാനിച്ചുറപ്പിച്ചിരുന്നു. ആ പെൺകുട്ടിയുടെ കൈപിടിച്ച് നടക്കാൻ തുടങ്ങുന്നതിനിടെ കണ്ണൻ വിളിച്ചു.

“അമ്മേ... വരൂ... ഞ്ഞി അമ്മേം ന്റെ അന്യേത്തീം ന്റൊപ്പം കണ്ണന്റെ വീത്തിലാ താമസിച്ചണത്...”

ബാലുമാഷിന് ഒന്നും പറയാനായില്ല. അത്ഭുതത്തോടെ, ആശ്ചര്യത്തോടെ, അവിശ്വസനീയതയോടെ മാഷ് കണ്ണനെ നോക്കി നിൽക്കുക മാത്രം ചെയ്തു.

ജീപ്പ് ഓടിക്കൊണ്ടിരുന്നപ്പോൾ ബാലുമാഷ്ടെ അടുത്തേയ്ക്കു നീങ്ങി, ചിരിച്ചുകൊണ്ടു കണ്ണൻ പറഞ്ഞു.

“മാസേ, വല്ല്യമ്മ പതഞ്ഞുതന്ന കത ശര്യാ. നിച്ചും നിതി കിട്ടീലോ... ഓന്ത്വാര് കാണിച്ചുതന്ന നിതി...”

എന്നിട്ട് അവൻ ആ സ്ത്രീയുടെ മടിയിലേയ്ക്കു ചാഞ്ഞു. അവരാകട്ടെ, ഒരമ്മയുടെ വാത്സല്യത്തോടെ കണ്ണന്റെ ശരീരത്തിലും മുഖത്തുമെല്ലാം വിരലുകളോടിച്ചുകൊണ്ടേയിരുന്നു.

അപ്പോൾ ബാലുമാഷടെ മനസ്സിൽ തെളിഞ്ഞത് അപ്പുക്കിളിയുടെ രൂപമായിരുന്നു.

പച്ചയും നീലയും ചുവപ്പുമായി വിതറിക്കിടന്ന, അപ്പുക്കിളി ചുമരിൽ കോറിയിട്ട, ‘ഠ’കാരങ്ങളുടെ അർഥമായിരുന്നു.